குரங்காட்டி

குரங்காட்டி

இராம. திருவுடையான்

மித்ர ஆர்ட்ஸ் & கிரியேஷன்ஸ்

32/9 ஆற்காடு சாலை சென்னை 24

தமிழ்நாடு இந்தியா

Kurangaatti

First Edition
December 2009

Author
RM. Thiruvudayan

Photographs
RM. Thiruvudayan

Mithra : 194
ISBN : 978-81-89748-81-4

Published by
Mithra Arts & Creations Pvt. Ltd.,
32/8-10, Arcot Road, Kodambakkam,
Chennai - 600 024. Ph: 044 23723182

Pages : 156

Price Rs: 140

என் அப்பெனும் ஆத்தாவுமான
பாளைய நாட்டுச் சேர்வை
பராம. இராமச்சந்திரனுக்கும்,
சௌந்தர வள்ளிக்கும்
இந் நாவலை அன்புடன்
சமர்ப்பிக்கின்றேன்.

மருதனூர் கிராமத்தில் உள்ள முத்துமாரியம்மன் கோவில், திருவிழா நடைபெறுகின்றது.

கோவிலுக்கு வெளிப்புறத்தில் அமைந்த சுற்றுப் பிரஹாரத்தின் வலது புறமும், இடது புறமும், இரண்டு பெரிய வேப்ப மரத்தின் உச்சியிலே ஒலி பெருக்கி அதிர் கின்றது.

கிட்டதட்ட ஒரு முப்பது, முப்பத்தைந்து வருடமாக, எனக்கு விபரம் தெரிந்த நாட்களிலிருந்து, இந்த ஊர் பங்குனி திருவிழாவிற்குத் திருவிழா, “பூங்கிரகம் தூக்கிக்கிட்டு” என்ற பாடலும், “செல்லாத்தா, செல்ல மாரியாத்தா, என் சிந்தையில் வந்து அருகில்நாடி நில்லாத்தா” என்ற எல்.ஆர், ஈஸ்வரியின் குரலுடன், உடுக்கை சத்தம்,

மரக்கிளையின் இலைகளெல்லாம், உதிர்ந்து கொட்டுகின்ற அளவிற்கு அதிர்கின்றது.

திருவிழா தொடங்கிய, ஏழாம் நாள் பூச்சொரிதல் விழா முடிந்து, எட்டாம் நான் காவடி எடுப்பு, பால் குடம், பூக்குழி எடுத்தபின்பு, கோவிலுக்கு நேராக, வரிசை யாக, தனல் மூடியபடி சாம்பலுங்குங் கீழ், காட்டு வேலா மரத்தின் கரித்துண்டுகள், கதகதப்புடன் அனல் அடங்கி அணைந்து முடியும் தருவாயில் உள்ளது. வேட்டியைக் கிழித்து, முறுக்கி விளக்கெண்ணைக்குள் ஊற வைக்கின்றார். வண்ணார வீட்டு, மதுரை வீரன் சாமியின் சாமியாடி, இராத்திரி மாரியம்மன், புறப்பாட்டின் போது தீவட்டியில் செருகி, தீப்பந்தம் பிடிப்பதற்காக, தீவிரமாக கம்புக் கூட்டிற்குள் துண்டை வைத்துக் கொண்டு, கால்கள் தங்காமல் அங்கும் இங்கும் ஓடிக் கொண்டிருக்கிறார்.

'ஆயிரம் கண்ணுடைய நாயகி' – ஆத்தா மகமாயி, விழாக் காலங்களில் தங்க, வைர ஆபரணங்கள் சூடி, இரவெல்லாம்

கொலுவிருக்கும் சூழலாக இருப்பதால், கொலுவிருக்கும் தெய்வத்திற்கும், தெய்வம் சூடியுள்ள நகைகளுக்கும் காவலாக ஊரார் களின் சிலர் விழித்திருப்பது வழக்கம்.

இவ்வாறு விழித்திருக்கும் போது பொழுது கழிவதற்காக காவல்துறை யினரிடம் கொடுத்த கையூட்டின் அனுமதி யுடன், காசு வைத்து சூது விளையாட, கட்டுகள் பிரித்து சீட்டுகள் சிதறும்! கோவிலுக்கு முன்புறக் கொட்டைகையான ஆஸ்பெஸ்ட்டாஸ் கூரையின் – உட்புறத்தில் கூட்டம், கூட்டமாக குத்தவைத்திருக் கின்றனர்.

இந்த கூட்டத்தில் கைதேர்ந்த விளையாட்டுக்காரர்களாக இருந்தும், காசில்லாத வருமையின் காரணமாக, காசை வைத்துக்கொண்டு – ஆர்வக் கோளாராக சீட்டு சரியாக விளையாடத் தெரியாதவர்களுக்கு பின்புறம் உட்கார்ந்து கொண்டு, அவர்களுடைய அபிமானியாக, அந்தச் சீட்டை உருவு, இந்தச் சீட்டை

சேரு! என்று அடிக்கடி, அவர்களுக்கு யோசனைகளைச் சொல்லிக் கொண்டே, தலையைச் சொரிந்தபடியே ஒரு கூட்டம் அமர்ந்திருக்கின்றது!

இல்லையெனில்,

'கைய பாத்து, கைய மாத்து' என்று அவர்களுக்கு பதிலாக, இவர்கள் ஆடிக்கொடுப்பது மாறாத ஒன்றாக உள்ளது,

இந்தச் சீட்டாட்டக் கூட்டத்திற்கு சீனியரா 'மேஜை' என்று ஒருவர் இருப்பார். இவர் கையில் எப்போதும் ஒரு ஒன் குயர் கணக்கு நோட்டு, காசு, பணம் உள்ள 'ஐயப்பா' – துணிக்கடை விளம்பரப் படம் அச்சடித்த துணிப் பை முடிச்சு, ஐந்தாறு, வட்டமான, தகர டப்பாவிற்குள் சிவப்பு, பச்சை, ஆரஞ்சு, மஞ்சளென – வட்ட, வட்ட பிளாஸ்டிக் வில்லைகளும், சதுரமான பிளாஸ்டிக் வில்லைகளும், அதனுடன், ஐந்தாறு புதிய சீட்டுக் கட்டுகளையும், கவனமாகவும், கண்ணும் கருத்தாகவும்

வைத்திருப்பார். சுருக்கமாகச் சொல்லப் போனால்,

இருவருதாங்க இந்த சூதுக் குழுக்களோட கல்லாப்பெட்டி, மேற்கூரிய மேஜை என்ற இவர், ரிசர்வ் வங்கி சேர்மன் போன்று.

சும்மா, நிமிர்ந்து கம்பாக உட்கார்ந்து கொண்டு இந்த ஊர் முதியர்கள், அதாவது போன தலைமுறையில் இருந்தவர்கள், இளமைக் காலங்களில் கொண்டு விற்பதற்காக,

பினாங், ரங்கூன், மலேயா – போன்ற அயல்நாடுகளில் சென்று, சம்பாதித்து வந்த உடைமைகளில் ஒன்றாக அடங்கிய 'வெற்றிலை மரவை' கூட்டத்திற்கு, கூட்டம் ஒன்று வைக்கப்பட்டிருக்கும்.

இது சிகப்புச் சாந்து வர்ணம் பூசி, கருப்பு வர்ண பூ போட்டு அழகிய வேலைப்பாடுகள் நிறைந்த கைவிணைப் பொருள் ஆகும்.

வைக்கப்பட்டுள்ள வெற்றிலை மரவையில், கவுலி, கவுலியாக (வாழை மட்டையிலிருந்து) அடுக்கு பிசகாமல், அப்படியே எடுத்து வைத்துள்ள திண்டுக்கல் கற்பூர வெற்றிலையையும் கும்பகோணம் ஏ.ஆர்.ஆர். சீவல் சுண்ணாம்புடன், அவ்வப்பொழுது எடுத்து, கொலைதலை மெல்லுகின்ற மாதிரி நரிச், நரிச்சென்று, மென்று குதப்பிய வெற்றிலையை அருகே வைக்கப்பட்டிருக்கும். மணல் சிறிதளவு போட்டுள்ள பர்மா பளிங்கு பனிக்கம். பறங் கிப் பழ சைசிற்கு குண்டாக உள்ளதால்,

இரண்டு கைகளிலும் முகத்தருகே எடுத்துக் கொண்டு, கன்றுக்குட்டி கழிவது போல பொழக் பொழக்கென துப்பிக் கொண்டே இருப்பார்.

கடவாய் வழியாக வடிகின்ற, வெற்றிலை கறையை, தன் கட்டை விரலாலே துடைத்தபடி காலுக்கு அடியில் தொடைக்கு அருகே தொட்டுத் தொட்டு, கையை வைத்துத் தடவி அப்பப்போ பொருள்களையெல்லாம்

சரியாக உள்ளதா என திரும்பித் திரும்பி கவனமாக பார்த்துக் கொள்வர்.

சூதுக் குழுவில் அமர்ந்துள்ள ஒருவரைப் பார்த்து மேஜை என்ற இவர், 'அருணாசலம்' என்ற முழுப்பெயர் கொண்ட அவரை, என்ன ஆனாரூனா, நமக்கு, போன வருஷ மேஜை பாக்கி, கொஞ்சம் இருக்கே என்பார்.

உடனே, அவர் கவனத்திற்கு எடுத்துக் குறேன் என்பது போல், செய்கையாலே மௌனமாகத் தலையாட்டுவார். அடுத்து அமர்ந்துள்ள, மற்றொரு நபரைப் பார்ப்பார். அவர் பெயர் பழனியப்பன். இவர் அவரைப் பார்த்து, என்ன பானா ழானா என்பார். அவர் உடனே, தாறேன் கிர்றேன் தர்றேன் கிர்றேன் என்பார். இந்த வாங்கிர்றேன், போங்கிறேன் என்பதைல்லாம் அந்தப் பகுதியில் உள்ள நடைமுறை பழக்க, வழக்கங்களில் பேசிக் கொள்கின்ற வார்த்தைகளை வாருங்கள், போங்கள் என இயல்பு தமிழ் வார்த்தைகளை திரிக்கப்பட்டு,

பேசிக்கொண்டிருக்கும் நபருக்கு இவருக்கும் உள்ள நெருக்கத்தைப் பொருட்டு, மரியாதை நிமித்தமாக பேச்சு வழக்கில் உள்ளது.

கோவிலின் வெளிப்புறமான, சுற்றுப் பிரஹாரப் பகுதியான தென்னங்கீற்று மட்டக்காவனம் கொட்டகையின் உட்புற மணல் தரையின் மீது அமர்ந்து சீட்டு விளையாடும் நபர்கள் கீழே விரித்துக் கொள்வதற்காக, அருகேயுள்ள பக்கத்து ஊர் அரிசி ஆலை முதலாளி ஆண்டுதோறும் திருவிழா முடியும் வரை பயன்படுத்திக் கொள்ள மூன்று, நான்கு தார்பாய்கள் கொடுத்துவிடுவது வழக்கம்.

கோவிலின் திருநடையான உட்புற முன்பகுதியில் அமைந்துள்ள ஆஸ்பெஸ்ட் டாஸ் கூரையின் மேல்புற இரண்டு பக்க திண்ணைகளிலும் பர்மா நைஸ் கோரைப் பாய்களில் அமர்ந்து சில கூட்டமும், கீழ் தளமான கிமென்ட் தரைப்பகுதியின் இரண்டு புறமும் வீட்டு விலாசம் சுப.தே.மு. என இம்மாதிரியான மூன்று நான்கு தமிழ்

எழுத்துக்கள், நூலினால் பின்னப்பட்டுள்ள சமுக்காலம் என்ற விரிப்புகளில் அமர்ந்து, ஒரு சிலரும் விளையாடிக் கொண்டிருப்பர்.

சூதுக் குழுக்கள் விடிய விடிய விழித் திருப்பதற்காக சூடு ஆறாமல், ஊரணிக் கரையில், களத்து மேட்டிற்கு செல்லும் பாதையில் உள்ள டீக் கடையில் தம்முல கெடக்கு, என அடுப்புக்கறியின் அனலிலே, சூடேறிக் கொண்டிருக்கும் பசும் பாலும், அடுத்தே இருக்கும் வேம்பாத் தண்ணீரும் ஆண்டு தோறும் இந்த சீட்டாட்டக் குழுவிற்கு டீ கடையில் தயார் செய்யப்படும் டீயினையும், சிகரெட், பீடி வாங்கி வரவும், கைவிரல்கள் பத்தும், கால் விரல்கள் பத்தும் முழுவதும் நீட்டி, விரிக்க முடியாத அளவிற்கு, முடங்கிய முக்கால் கை, முக்கால் கால்கள் மாதிரி ஒற்றைக் காலை இழுத்து, இழுத்து ஆணைக்கால் போல நடப்பார். இவர் இந்த சீட்டாட்டக் குழுவிற்கெனவே ஜென்மம் எடுத்தார்போல், கல்யாணம் ஆகாக் கட்டை, பிரம்மச்சாரி!

இவர் பாவம், பிறவியிலே நன்றாக நல்ல நடுத்தரக் குடும்பத்தில் பிறந்து, இடையில் வந்த உடல் நலக் குறைவால் இவ்வாறு ஊனமாகியுள்ளார். மேற்கூரிய இந்த ஆசாமி பெயர் இராமசாமி. விளையாடிக் கொண்டிருப்பவர்கள், டீ சாப்பிடும் நேரம் வந்தவுடன், அதில் – ஒருவர் இவரைப் பார்த்து கையை அசைத்து அருகில் வா என்று சைகையாலே அழைப்பார். ஒரு ஓரமாக உட்கார்ந்திருக்கும் இவர், உடனே! மடாரென எழுந்து, அவர் அருகே சென்று ஒற்றைக் கால் முட்டியை தரையில் ஊன்றி மற்றொரு காலை குத்துக்காலிட்டு உட்கார்ந்தபடி அழைத்தவரின் வாயருகே ஒருபக்க காதை கொண்டு நீட்டுவார்,

அவர் உடனே,

அட ராமா! கிளப்புக்கு போயி டீ வாங்கிட்டு வா என்றதும், இவர் வாய் பேசாது, உடனே எழுந்து சாமத்தில் ஊரணிக் கரை வழியாக சரட், சரட்டென டீக் கடையை நோக்கி நடக்க ஆரம்பித்துவிடுவார்

இவருக்கு எப்போதும் காது சரியாகக் கேட்ப தில்லை யார் பேசினாலும் இவருடைய காதைப் பிடித்து சங்கூத வேண்டும்.

சூதுக் குழுவில் ஒருசிலர் சில நிமிடங்கள் ஓய்விற்காக, கோவிலின் பின்புறத்தில் அமைந்த, அடுத்தவர் வீட்டு கட்டுத்தறி காம்ப்வுண்ட் சுவர் ஓரமாக குந்தி உட்கார்ந்தபடி, சிறுநீரை கழிந்தவுடன் முட்டிக்கு மேல் மடித்துக் கட்டிய வேஷ்டியை முக்கால்வாசி ஒருபக்க தொடைக்கும் மேலே தூக்கிவிட்டு சொரிந்தபடியே, மற்றொரு கையில் பிடித்திருக்கும் கத்தரி சிகரெட்டை இழுத்து, இழுத்து புகைத்துக் கொண்டு ஆகாயத்தில் ஒரு மூலையை அன்னாந்து பார்த்தபடியே, அனாதையாக விழித்திருக்கும் அந்திநேர நிலவை, “ஆஹா, வானத்திலேயே யாரோ வட்டமா ஓட்டயப் போட்டுட்டாங்களே! – என்று ஆச்சர்யமாக அன்னாந்தபடியே நிற்பார். ஏனென்றால், இவர் அருந்திய மதுவின் மயக்கம் இன்னும் தெளிந்த பாடில்லை.

இதைப்போன்று, மற்றும் ஒருசில பேர் வந்து சிறுநீரைக் கழித்தவுடன், சட்டையின் மூன்று பொத்தான்களை கழட்டிவிட்டு, கழுத்துக்கு மேலே 'காலரை' இழுத்துவிட்டு, இடுப்பில் செருகியுள்ள சரக்கை எடுத்து கட கடவென, சும்மா ராவாகவே ஊற்றிக்கொண்டு, மிளகாயைக் கடித்த மாதிரி வாயை ஒரு சப்பு, சப்பிவிட்டு - மூடியைத் திருகி முழு காலி பாட்டிலையும் அப்படியே அலுங்காமல் அருகேயுள்ள எருக்குப்பைக் குழியில் எறிந்துவிட்டு சென்று விடுவர்.

மது அருந்தும் பழக்கம் உள்ளவர்களில் மேற்கூறியவாறு.

அவரவர் வசதி வாய்ப்புக்கு ஏற்ப, வி.எஸ்.ஒ.பி. ஜானி வாக்கர், டிரிபில் எக்ஸ்ரம், பேக் பைப்பர், மானிட்டர், எம்.சி.குவாட்டர், இப்படி தரம் வாரியாக, ஒரு நபரோ அல்லது கூட்டாகவோ, சகசமான முறையில் சந்தித்து, பொழுது கழியும் இந்நேரத்தில் நாட்டுச் சரக்கை நன்றாகக்

குடித்துவிட்டு கலைமான் புகையிலையை கக்கியபடியே கைலி ஒரு பக்கம் இவர் ஒரு பக்கமென தண்ணீர் பந்தலின் பக்கம் கவுந்து கிடக்கும் ஆட்களும் உண்டு.

மேற்கூறிய சம்பவங்கள் அணைத்துமே இரண்டாம் சாமத்தின் துவக்கமான, இரவு ஒன்பது மணி முதல் நான்காம் சாமத்தின் முடிவான மறுநாள் காலை ஆறு மணி வரை, நடக்கும் நடவடிக்கைகளே ஆகும்.

வழக்கமான திருவிழாவின், நிறைவு நாளான ஒன்பதாம் நாள், அதாவது வேஷ்டியை, வேஷ்டி என்றால் அவர் கட்டியிருக்கும் வேஷ்டியையோ, புதிய வேஷ்டிகளையோ அல்ல, பீத்தல் பிரிசல் என கூறப்படும் மாத்துத் துணிகளை கிழித்து முறுக்கி, விளக்கெண்ணெயில் ஊற வைத்துக் கொண்டிருக்கின்றாரே சாமியாடி! அந்த காலைப் பொழுது – சுமார் 10 மணி இருக்கும், இன்று இரவுடன்தான் திருவிழா நிறைவடைகின்றது.

காலை பொழுதுான இந்த நேரத்தில், கோவிலுக்கு எதிரே உள்ள பந்தடிப் பொட்டல், மற்றும் தேரடிக் கொட்டகை, மற்றும் கூத்து மேடை – என ஆங்காங்கே உள்ளூர்வாசிகள் கோப்புக் கோப்பாக நின்று கொண்டும், அமர்ந்து கொண்டும் இருக்கின்றனர். நின்றுகொண்டிருக்கும் கூட்டத்திலிருந்து ஒரு நடுத்தர வயதானவர் சுமார் இவருக்கு முப்பத்தைந்து வயதிலிருந்து முப்பத்தெட்டு வயதிருக்கும். இவர் கையைத் தூக்கி ஆட்டியவாறு சத்தமாக ஏய் பங்காளி!

இங்கெ ஒருத்தென் மல மாதிரி நிக்கிறேன் கண்ணு தெரியலயா? கண்டுக் காம போறியே! – என்கிறார்.

இவர் பெயர் அழகு! இவர் ஊரை விட்டு யாரிடம் சொல்லாமக் கொல்லாம பஞ்சாபிற்கு ஓடிப்போயி, பஞ்சு மில்லில் பணிபுரிந்து விட்டு, பத்து பதினைந்து வருடங்கள் கழித்து பரிதாபமாக, ஊருக்கு திரும்பியவர்.

உடனே!

கோவிலுக்குள் நுழையவிருக்கும் மற்றொரு நபரான மதி என்பவர் இவர் யோவ் பங்காளி, சுத்தாமா நீ நிக்கிறத பாக்கல.

அப்புறம்!

எப்படி இருக்கே? என்றழைத்த அழகுவிடம் பேசிக் கொண்டிருக்கின்றார்.

அழகு!

உடனே மதியை பார்த்து, என்ன பங்காளி இந்த ஊரே வேண்டாமென வெருத்துவிட்டு பட்டணத்துலே பத்து வருஷத்திற்கு மேல காலத்த தள்ளிட்டியாமே? சுத்தமாக இவங்கெல்லாம் ஆகாதுணு முடிவே பண்ணிட்டியா? – என்கிறார்.

உடனே,

மதி ஆச்சர்யமாக ஒரு அடி பின்னோக்கி நகர்ந்தபடி. அவ்வாறு கேட்ட அழகுவை ஒரு பார்வை ஏறிட்டு பார்த்து! புருவத்தை உயர்த்தியபடியே

– நக்களாகச் சிரித்து அங்கெ என்ன வாழுதாம். இவரு, என்னய கேள்வி கேக்க வந்துட்டாரு வெண்ணை – என பேசாமல் மனிதிலேயே கேட்டுக்கொண்டு அப்படி யெல்லாம் ஒன்னுமில்ல பங்காளி என சற்று கூச்சத்துடன் நெகிழ்ந்தபடி நெளிகின்றார்.

பந்தடிப் பொட்டலின் ஓரத்திலே, வன்னி மரத்திடியில், வரிசையாக போட்டி ருக்கும் வெள்ளைக் கற்களான பட்டியக் கல்லில் உட்காந்திருக்கும் இரண்டு கிழவர்களில் ஒரு கிழவன் மற்றொரு கிழவனைப் பார்த்து யோவ் அயித்தான் அந்தா நிக்கிறது யாருய்யா? என்கின்றார்.

அதற்கு மற்றொரு கிழவன் அவரைப் பார்த்து, அட! அவனா அவென் யாருன்னு தெரியலயா? அவந்தான் மச்சான், அட வொனக்கு ஆகாதவன். அவென் மகென் என்று ஒரு வீட்டு விசாலத்தைத் திருத்த மாகக் கூறிவிட்டு, அந்த குச்சிக் கொளுத்தி மகென்தான் என்கின்றார்.

அவருக்கு ஏன் குச்சிக்கொளுத்தி என பெயர் வந்ததென்றால், அவர் சிறு வயதிருக்கும் பொழுது, அவர் வீட்டுக்கு ஆகாத அடுத்த வீட்டு வைக்கோல் போரை யாருக்கும் தெரியாமல் கொளுத்தி விட்டார், எனவே அவருக்கு குச்சிக் கொளுத்தி குச்சிக் கொளுத்தி என பட்டப் பெயர் ஆகிவிட்டது.

பேசிக் கொண்டிருக்கும் அந்த இரண்டு கிழவர்களில், சேதியைக் கேட்டுக் கொண்டிருந்தவர் அட ஆமாய்யா! இவென், இவென் அப்பென் மாதிரியே சுத்த வெதன்டாவாதம் புடுச்சவன்ல எனக்கூறி, ஆமா இவென் எங்கெய்யா பத்து பன்னன்டு வருசமா எங்கெ தொலஞ்சான்? என்கின்றார், அதற்கு சேதிகளைச் சொல்லிக் கொண்டிருந்த மற்றொரு கிழவன், அதுவா எங்கோ பட்டணத்துல எழுத்தாளனா இருக்கேன்னு சொல்லிக்கிட்டு திரியுறானாம்.

இவென் எழுதுவதை யாரு பாத்தா எவரு படிச்சா? அவென் மொகரக்கட்டய

பாத்தீல இப்பவே இந்த வயசுலே கெழடு தட்டுன மாதிரி பாதி நரச்சும் பாதி நரக்காமயும் சவரம் பண்ணக்கோட காசில்லாத மாதிரி தாடியும் மீசையுமா வந்திருக்கான் பாரு என்கிறார், இதுல வேற இந்த லெச்சனத்துல மூக்குக் கண்ணாடி வேற, என்று பேசிக் கொண்டிருக்கும் இரண்டு கிழவன்களும் ஏதோ ஜென்மப் பகையாளியைப் பற்றி பேசிக் கொண்டி ருப்பது போல, அப்பாவியாகவும், அமைதி யாகவும் அந்தப்புறமாக அழகுவிடம் பேசிக் கொண்டிருக்கும் மதியை மாறி மாறி வஞ்சம் தீர்க்கின்றனர்.

இக்கோவில் தோன்றிய காலத்தி லிருந்து, இந்த மருதனூரில் உள்ள பெரும் பான்மையான ஒரு சாதிக்குச் சொந்தமான கோவிலாக இருப்பினும் திருவிழாவிற்குத் திருவிழா இக்கோவில் நிர்வாகத்தாரான, ஊராரின் பேரில் உள்ள மட்டு மரியாதை, நிமித்தமாகவும், தெய்வத்திற்காக நேர்த்திக் கடனாகவும், ஊருக்கு அப்பால் குடியிருப்புப்

பகுதியில் வசிக்கும், குலத் தொழிலான பன்றி மேய்ப்பது, பன்றி எரு பொருக்குவது – மற்றும் பஞ்சாயத்து அலுவலகத்தில் பணி புரிந்து துப்புறவுத் தொழிலில் ஈடுபடும் சமூகத்தைச் சேர்ந்த ஒருசில குடும்பத்தினர் வருடம் தவறாமல், பய பக்தியுடன் விரதம் இருந்து அம்மனுக்கு முன்பு வேல் குத்திக் கொள்கின்றனர்.

திருவிழா நிறைவு நாளான ஒன்பதாம் நாள்! இன்று காலை பத்து மணி அளவில் கோவிலின் முன்புறக் கொட்டகையான, ஆஸ்பெஸ்ட்டாஸ் கொட்டகைக்குள் திரு நடை மற்றும் வலது புறம், இடதுபுறம் என மூன்று பகுதிகளையும் இணைத்து வரிசையாக வேல் குத்திக் கொள்வதற்காக நிற்கின்றனர்.

இவர்களுக்கு வேல் குத்துவதெற் கென்றே ஊரார்களில் ஒருவராக நிர்வாகத்தில் உள்ளவர் இருக்கின்றனர்.

இவருக்கும், இவர் குடும்பத்திற்கும் ஊரார்களால் வழங்கப்பட்ட மரியாதை

இது. இந்தக் குடும்பத்தைச் சார்ந்தவர்தான் பரம்பரை பரம்பரையாக வேல் குத்திவிட வேண்டும். வேல் குத்துவதற்காக, வரிசை யாக நிற்கும் பொழுது கோவிலின் பூசாரி, அம்மனுக்கு தீபத்தைக் காண்பிக்கும் பொழுது, நின்றிருப்பவர்கள் தன் தலைக்கு மேலே இரு கைகளையும், கூப்பி வணங்கி விட்டு, பெருமூச்சுடன் தனக்கும், சாமிக்கும் உள்ள ஒப்பந்தத்தை, நிமிர்ந்த பார்வையோடு மனதில் நினைத்துக் கொண்டே உறுதி செய்து கொள்கின்றனர்.

பிறகு, தரையில் நெற்றி முட்டும்படி தெய்வத்தை வணங்கிவிட்டு எழுந்து நின்று தயாராகிறார்கள். தீப ஆராதனை முடிந்த பின்பு, திருநீரும், குங்குமம், சந்தனக் கும்பாவிலிருந்து சந்தனம் வழங்கபட்ட பின், அம்மனின் காலடியில் வைக்கப்பட்டுள்ள வெள்ளித் தட்டின் மேல் பட்டுத்துணி விரிப்பில் நபருக்கு நான்கு வேல்கள், அழகு குத்துவதற்காக சின்னஞ் சிறிய சூலாயுதம் – வேல்களும்

கொண்டு வரப்படுகிறது. கொண்டு வரும் வேல்கள் சுமார் மூன்றடி நீளமும், நான்கு மில்லி மீட்டர் கனமும் கொண்டவையாக துருபிடிக்காமல் இருப்பதற்காக மைல்டு ஸ்டீல் என்றழைக்கப்படும் இரும்பு கம்பிகளில் குரோமியம் பிளேட்டிங் என்றழைக்கப்படும் இரசாயண முலாம் பூசப்பட்டு மிகவும் வழ வழவழப்பாகவும், பள பளப்பாகவும் இருக்கின்றது.

வேல் குத்திக் கொள்பவர்கள் கால்களை ஒட்டிய தோலைப்போல, வெள்ளை மணியன் கிளாத் போன்ற பேண்ட்டையும், அதற்கு மேல் சிகப்பு, பச்சை, மஞ்சளென - பள பளப்பான துணிகளில், நன்கு சுருக்கம் வைத்துத் தைத்த கூஜா போன்று, இடுப்பிலிருந்து தொடைவரை உள்ள கால் ட்ரவுசரும், பேண்டிற்கு மேலே அணிந்திருப்பர். இதற்கு மேல் உடற்பகுதிக்கு கையில்லாத வெள்ளை பணியன் அணிந்து, இரண்டு புறமும் உள்ள

விலா எலும்பு பக்கங்களில் உள்ளங்கயைளவு வட்டமாக கிழித்துவிட்டுள்ளனர்.

தலையில்: சிகப்பு, பச்சை, மஞ்சளென ரிப்பன் கட்டி, கைகளை நன்று தூக்கி தலைக்குமேல் கூப்பி, கண்களை மூடிக் கொண்டு நிற்கும் இவர்களை,

கொட்டகையின் வெளிப்புறத்தில், இவர்கள் அழைத்து வந்துள்ள நையாண்டி மேள வாத்தியக் கருவிகள் வாசித்துக் கொண்டிருப்பவர்கள்.

நன்றாக சுதியை ஏற்றி அருள் வருவதற்கென்ற அடியான, நாட்டை எனப்படும் முறைப்படி இசைத்துக் கொண்டு, ஒன்றைச் சான் நீளமுள்ள பித்தளை நாயினாவை.

பிப்பி பிப்பி பிப்பி பிப்பி, பீபீ...

பிப்பி பிப்பி பிப்பி பிப்பி, பீபீ...

என்று உடம்பைக் குண்ணி அடிக்கின்ற அடியில், குழி பரிந்துபோகும் இவர்கள் நிற்கின்ற இடங்கள்.

வாத்தியக் கருவிகளின் அதிர்விற்கேற்ப, "வந்து இறங்கியதும் அருள், அங்குள்ள பூசாரி வைத்திருக்கும் – மரத்தாலான திருநீற்று மடலிலிருந்து, ஒரு கைபிடி திருநீற்றை அள்ளி அருள் வந்தவரின் தலையிலே ஓங்கி ஒரு வீசு வீசுவார்.

வேல் குத்திவிடுவதற்காக நிற்கும் நிர்வாகத்திலும், ஊராரிலும் ஒருவராக உள்ள ஒருத்தர். உடனே அவருக்கு அருகில் நின்று கொண்டிருக்கும் மற்றொரு நபர், அருள் வந்தவர் தலைக்கு மேலே தூக்கி கூப்பியிருக்கும் கைகளை, நருக்கென்று பிடித்துக் கொண்டு, அவரை நகரவும், அசையவும் விடாமல் ஒரு பக்கமாக அணைந்தபடி பிடித்துக் கொள்வார். உடனே வேல் குத்திவிடுபவர், வேல் குத்திக் கொள்பவரின் மறுபுற விலா எலும்புப்பகுதி, பட்டும் படாமலும் மேலோட்டமாக தோளில் படும்படி, ஓங்கி – மொந்தென்று ஒரு அடி அடிப்பார் உடனே வேல் குத்திவிடுபவர் வேல் குத்திக் கொள்பவரின் சிவந்த தோலை

மேலாக தனது இடது கைவிரலால் பிடித்துக் கொண்டு வலது கையாலே வைத்திருக்கும் வேல்களை குத்திவிடுவார். மேற்கண்ட முறையில், இடதுபுறம், வலதுபுறம் மாறி, மாறி ஒருவர் பிடித்துக் கொள்வதும் ஒருவர் குத்திவிடுவதுமாக, கண்ணத்திலும், நாக்கிலும் அழகுகள் குத்தும் நிகழ்ச்சியும் நடைபெற்றுக் கொண்டிருக்கின்றது.

வேல் குத்தும் நிகழ்ச்சி நடைபெறும் பொழுது, வேல் குத்திக் கொள்ளும் சமூகத்திற்குச் சொந்தமான, சொந்தம் அடுத்து, தாய் புள்ளைகள் என சகிதமும் வந்து நின்று வேடிக்கை பார்ப்பது சகசம்.

இவர்கள்தான் வேல் குத்திக் கொள்பவர்களிடம் துணிமணி மற்றும் உடமைகளை கைகளில் தூக்கியபடியே பத்திரமாகப் பார்த்துக் கொள்பவர்கள்.

இவர்களில் வயதான கிழவிகளும் வருவதுண்டு, இவர்கள், தான் வைத்துள்ள சுருக்குப் பைகளிலிருந்து கசங்கிப்போன,

கிழிந்துப்போன வெற்றிலைகளைப் பொருக்கி, பிளாஸ்டிக் சுண்ணாம்புக் குடுவைக்குள் காய்ந்தும், காயாமலும் உள்ள சுண்ணாம்பைச் சுண்டு விரலாலே துலாவித் துலாவி வழித்து எடுத்து கட்டை விரல் நெகத்தாலே அப்படியே கீழிருந்து மேலாக, மெதுவாக உருட்டி, திரட்டிய சுண்ணாம்பை நுனி நாக்கில் வாங்கி நன்றாக சிவக்கச் சிவக்க வெற்றிலை போட்டுக் கொண்டு, போடுங்கடி பொண்டுகளா பொன்னாந் திருக்குலவ என குலவைச் சத்தம், கொட்டகையவே கிடுகிடுக்க வைக்கின்றது.

குலவை போடும் கிழவிகளுக்கு மத்தியில், அறைவயதான பெண்கள் மீதும் திடீரென அருள் இறங்கி, அள்ளி முடிந்திருந்த சொங்கு கொண்டை அதுவாக அவிழ்ந்து அவிழ்ந்து விழுந்தும், குட்டையான சுருட்டைக் கூந்தலில் வைத்திருந்த வதங்கி வாடிய மல்லிகைப் பூச்சரம், உதிர்ந்து, உதிர்ந்து கொட்டுவதும், உதரி வீசப்படும் சரம், வழியில் நின்று வாயைப் பார்த்துக்

கொண்டு நிற்பவர்களின் காலுக்கடியில் விழுந்து மிதிபடும்படி குலுங்கி, குலுங்கி, அருள் வந்து ஆடும் பெண்களின் வலது தோளிலும் இடது தோலிலும் இசைக் கேற்க அங்கும், இங்குமென ஆட்டம் விருவிருத்துக் கொண்டிருக்கையில்,

வேல் குத்தி ஆடிக்கொண்டிருக்கும் சமூகத்தினரின் அழைப்பின் பேரில், சொந்தம் மற்றும் சொந்தம் அல்லாதோரென, புதுக்கோட்டை கரகக் குழுக்களின் சங்கத்திற்கு உறுப்பினர்களாகி, முதன் முதலாக மேடைகளில் அரங்கேறத் தயாராகிக் கொண்டிருக்கும் இளவயது குறவன், குறத்திகளும் அவர்கள் சமூகதத் தினருக்காகவும், அழைப்பின் பேரிலும் கௌரவ – முறையில் பைசா ஏதும் அவர்களிடம் பெற்றுக் கொள்ளாமல் வந்து ஆடிவிட்டுச் செல்வது வழக்கம்.

இப்படி ஆடும்போது இவர்களுக்கு வாத்தியாராக ஒருவர் மான்கொம்புகளுடன்

அடிக்கேற்றார்போல் அழகாக ஸ்டெப் போட்டு ஆடிக் கொண்டும், அவர்களுக்கு கற்பித்துக் கொண்டும் இருப்பார்.

அவர்கள் பாடு அனைவரும் சென்று கூடி, கோவிலின் முன்புறக் கொட்டகையின் வெளியே உள்ள திடலுக்கு வந்து, ஆட்டம் கலை கட்டிக் கொண்டிருக்கையில், ஆடுபவர்களை ஒரு ஓரமாக நின்று வேடிக்கை பார்த்துக் கொண்டிருக்கும் ஊரார்களான, கோவிலின் நிர்வாகத்திற்குச் சொந்தமான சமூகத்தைச் சார்ந்தவர்களில் ஒரு சில பெண்களுக்கும் அருள் வந்து இறங்கிவிடுகிறது.

வெட்டிக் கொண்டிருக்கும் வேலிக் கருவை மரத்தூரை, சுற்றிலும், பிக்கா சாலும் வேர் வெட்டியாலும் மண்ணை நோண்டிவிட்டு, பூமியில் லேசாகப் பிடித்துக் கொண்டிருக்கும், ஆணிவேரால், ஆட்டம் கண்ட அடிப்பகுதியை ஆட்டி, ஆட்டி, அகட்டி, அகட்டி, பிடிங்கித் தூக்கி எரிவதுபோல், அருள் வந்து இறங்கியவர்கள்.

ஆங்காங்கே, ஆங்காங்கே தூக்குத் தூக்காக, அவர்களின் கையிரண்டையும் பின்னிப் பிணைந்து தன் கவட்டுக்குள்ளே நுழைத்துக் கொண்டு, குனியவும் நிமிரவும் என காலெடுத்து சும்மா நங், நங்கென்று பூமி அதிர ஆடிக்கொண்டு மலையேர மறுப்பதுண்டு.

மலையேர மறுத்துக் கொண்டு ஆடுபவர்களை, அங்கு நிற்கும் அவர்கள் குடும்பத்தைச் சார்ந்தவர்கள் வந்து, ஆடாமல் அமைதியாகும்படி கையெடுத்து வணங்கி, சரி, சரி ம் ம்... போதும் போதும் என்பர்.

அப்பொழுதுதான் அருள் வந்த அந்த பெண்மணி இவரைப் பார்த்து சப்த்தமாகச் சிரித்துவிட்டு ஏம்பா ஒரு குஞ்சுதானே கேட்டேன், என்னெய வந்து பாக்க வொனக்கு நேரமில்லையா? எனச் சவதக் கேள்வி கேட்டுக் கொண்டிருப்பார், வெடக் கோழிக் குஞ்சைத்தான் அப்படி சார்ட் பாமில், சாமி கேட்கின்றது.

மறுபுறம் ஆடிக்கொண்டிருக்கும், மற்றொரு பெண்மணியை அதேபோல் அவரின் குடும்பத்தைச் சார்ந்தவர்கள் அவரிடம் வந்து, சரி சரி ம் ம் போதும் போதும், புள்ளயப் போட்டு முறிக்காத, பச்சப் புள்ளயப் போட்டு இந்தப் பாடு படுத்துறியே என்பர், அப்பொழுது அருள் வந்த அந்தப் பெண்மணி, ஏந் தாகத்த எப்பப்பா தீர்த்துவெப்பே? என கேள்வி கேட்டுக் கொண்டே,

நான் என்னப்பா கேட்டேன், சின்னமா ஒரு குட்டிதானே கேட்டேன், என ஆடிக் கொண்டிருக்கும். அப்பெண்மணி தன் இடுப்பு உயரத்திற்கு கையை காட்டுவார். அந்தச் சாமிக்கு அதுதான் சின்னக் கடாயாம்.

உடனே.

அவரைப் பிடித்துக் கொண்டிருக்கும், அவருடைய குடும்பத்தார் சரி, சரி, எந்த நேரமும் நீதான் கெதீன்னு கெடக்கோம், நீ இப்படிக் கேக்குறே.

ஆடு மேக்கிக்கு சொல்லியிருக்கேன். பட்டியில இப்பப் போட்டுருக்க தலச்சங்குட்டிய ஒனெக்குன்னு நெறுத்தச் சொல்லி யிருக்கேன். கோவிச்சுக்காத அய்யா, – என சாமியிடம் தனது வாக்குமூலம் கொடுத்துக் கொண்டிருக்கின்றார்.

இவருடைய மொத்த பெரிய உருப்படி களையெல்லாம் கணக்கு வைத்துக் கொண்டு, மேய்த்துத் தருபவருக்கு சம்பளமாகக் கொடுக்காமல், ஒப்பந்தம் செய்த நாளிலிருந்து ஆடுகள் போடுகின்ற குட்டிகளில் பாதியை சன்மானமாகப் பெற்றுக் கொள்வது வழக்கம்.

இதற்குப் பெயர்தான் குட்டிப்பாதி என்பர். அந்த வகையில், அவர் பட்டியில் போட்ட குட்டிகளிலில் வெள்ளாடு போட்ட, தலச்சங் குட்டியான – கருங்குட்டியை விட்டு வைத்துள்ளேன், என (சாமியின் பெயர் வெட்டிய) தகட்டை கம்பியில் மாட்டி அதன் கழுத்தில் கட்டிவிட்டுருப்பதைத்தான்

அவர் ஆடுமேக்கியிடம் சொல்லி, விட்டு வைத்திருக்கிறேன் என்கின்றார்.

சங்கரபதிக் கோட்டை முனி, பொற்பனைக் கோட்டை முனி, மேலமடை பாண்டி முனி, அழகர் மலை பதினெட்டாம்படி கருப்பர், கரந்த மலைக் கருப்பர். நெல்லி ஐய்யனார், கருவி ஐய்யனார், பாலைவிலத்த ஐயனார், ஓசை மணி காளி, மூட்டா ஊரணி காளி, கொல்லங்காளி என தெய்வங்களெல்லாம் ஒன்று மேலயும், ஒன்று கீழேயுமாக, குதித்தவாறு ஒன்று வலது புற ஆட்டம், மற்றொரு இடது புற ஆட்டம், ஒரு சில சாமி, குதிகால் இரண்டையும் தூக்கி, குத்திக் கொண்டிருக்கும் கால் கட்டைவிரல் நுனியால், தரிசு நிலத்தை புழுதி ஓட்டும் போது காய்ந்து கிடக்கும் மண்ணை கலப்பைக் கொழு கிழிப்பதைப் போல – பொரு பொருவென பூமியை கிழித்துக் கொண்டே, பறக்க முடியாத சேவல் – பட்டும் படாமல் கொக்கரித்துக் கொண்டே தாவித் தாவி ஓடுவதைப் போல் ஓடுவர்.

இப்படி, குத்தாட்டம், களியாட்டமுமாக, தெய்வங்களெல்லாம் கோரிக்கைகளாக் கொட்டிக்கொண்டும் ஒப்பந்தத்தின் பேரில் காற்றில் கையெழுத்தை வாங்கிக் கொள்கின்றது.

பக்தர்களிடம், உறவினர்களிடமும், இவர்களும் அரசியல்வாதி அடுக்காக வாக்குறுதிகளை அளிப்பதைப் போல – தலையை தலையை ஆட்டி ஆமோதிக் கின்றனர். பொட்டலெங்கும் புழுதி கிளம்ப, பொறுப்பாக ஆங்காங்கே கூட்டம் கூட்டமாகப் பார்த்துக்கொண்டுஇருக்கையில் – பங்காளி அழகுவைப் பார்த்து, மதி கேட்கின்றார்.

யோவ், பங்காளி, அதோ அந்தக் கூட்டத்துலயாரோஒன்னையேபாத்துக்கிட்டு சாமி ஆடுறமாதிரி தெரியுதே, அது யாருப்பா? – என கேலியாகக் கேட்கின்றார். உடனே, பஞ்சாப் என்ற பங்காளி அழகு, அதுவா, அந்தப் பொம்பளய ஒனக்கு அடையாளம் தெரியலயா?

ஒட்டுத் திண்ணயில ஒக்காத்துக்கிட்டு, ஒன்றை மொழத்துக்கு வாயத் தொறந்தா நாலு வார்த்த நல்லதா என்னக்குமே பேசி, நாங் கேட்டதில்ல,

எவெ. எவனோட போனா,

எவென். எவளோட போனான் – என பட்டியல் போட்டு பழிவாங்குமே அந்த கேசுப்பா – என்கின்றார்.

உடனே மதி!

யாரு, ஆஹா! அந்த பார்ட்டியா?

ஊர்ல வயசுக்கு வந்த வாலிப் பயலுகளுக்கெல்லம், பருவப் பாடத்த "பான் பராக்கோட" சொல்லிக் குடுக்குற பத்தினியாச்சே.

அட ஆமாய்யா!

அந்த முக்கு வீட்டு, மொக்கு வெட்டி யான் பொண்டாட்டி தானே என்கிறார்.

உடனே, பஞ்சாப், ஆமா பங்காளி ஆமா பங்காளி அதே அதே என நக்கலாகச் சிரிக்கின்றார்.

சிரித்துக் கொண்டே பஞ்சாப்!

மதியைப் பார்த்து, இந்தப் பார்ட்டிய பத்தி இன்னொரு விஷயம் தெரியுமா? என்று அந்தப் பார்ட்டிக்கிட்ட ஒருநாளு நம்ப ஊத்தவாயன் போயிருக்கான், போயிட்டு இருபது ரூபாய் கொடுத்துட்டு வந்திருக்கான். அவென் போயி வந்தவுடன், அவென் அப்பென் செகுடன் போயிக்கான். போயிட்டு எல்லாம் முடிஞ்சவுடனே பத்து ரூபாய் கொடுத்திருக்கான்.

உடனே!

அந்த பார்ட்டி, யோவ்!

உள்ளங் கைக்குள்ள உமியவும், அரிசியவும் பிரிக்க நெல்ல நெரு நெருனு நெரிக்கிற மாதிரி நல்லா ஒரம் பாஞ்சவோம் மகனே இருபது ரூபாயக் கொடுக்குறான். நீ என்னய்யான்னா, பத்தும், ஐஞ்சயும் குடுத்துக் கிட்டு – என சலிச்சுக்குச்சாம் இப்படி பத்துக்கும், ஐஞ்சுக்கும் பாக்கு

வெத்தலக்கும் பழகிக் கொடுக்குற பார்ட்டி – எனமதியோடகையைப்பிடித்துநறுக்கென்று அமுக்கியபடியே. ஒரு குலுக்குக் குலுக்கிக் கொண்டு குரும்பாகச் சிரிக்கின்றார். சிரித்தபடியே இதெல்லாம் எப்ப நடந்ததின்னு கேக்குறியா? நீ பட்டணத்துக்கு போன பின்பே, எப்படியும் பத்து பன்னெண்டு வருசம் இருக்குமுல என்கின்றார்.

ஊரார்களுக்குச் சேவகம் செய்வதற் கென்றே, உள்ளூரின் கடைக் கோடியான, ஆர்.எஸ்.பதிக் காட்டோரம் வசிக்கின்றவர்கள்.

கடைவீதிகளுக்குச் சென்று கால் செருப்பு தைத்து தொழில் செய்யும் நேரத்தைத் தவிர. மற்ற நல்லது கெட்டதுகளிலும், திருவிழாக் காலங்களிலும், தொண்டூலியம் செய்யத் தொடர்ந்து காத்துக் கொண்டிருக்கும் அருந்தியர் கூட்டம் அடித்தபடியே வருகின்றது. கோவிலை நோக்கி,

டன்டக்குன் டன்டக்,
டன்டக்குன் டன்டக்
டன்டக்குன் டன்டக்

இடையே இடையே எஸ் வடிவில் பித்தளைக் கொம்புகள் உஷ் உஷ்யென, வானத்தைப் பார்த்து வலிமையாக ஒலியெழுப்பிய வண்ணம் வந்துக் கொண்டிருக்கின்றது. பறைகளை அறைந்து கொண்டு, பக்கம் வந்த அருந்ததியர் கூட்டம், பத்து, பதினைந்து நிமிடங்கள் நிறுத்தாது, கோவிலின் முன்புற வாசலில், கொட்டின் விதத்தை மாற்றிக் கொட்டுகின்றனர். மஞ்சு விரட்டுத் தொழுவத்தில், மாடுகளை அவிழ்த்து விடும்போது – அடிக்கின்ற அடியைப் போல,

டன்ட நக், நக், நக்.,
டன்ட நக், நக், நக்
டன்ட நக் டன்ட நக், டன்ட நக், நக் நக்.

டன்ட நக் டன்ட நக், டன்ட நக் நக், நக் என, தப்பின் தோள் ஓட்டையாவதைப் போல ஒரத்து அடிக்கப்படுகின்றன.

பங்காளி அழகும், மதியும் பேசிக் கொண்டிருக்கையிலே, பங்காளி அழகுவைப் பார்த்து,

மதி: 'யோவ் பஞ்சாப்' – வாய்யா, அப் படியே கம்மாப் பக்கம் போய்ட்டு வருமோம் என, அழகுவின் கையைப் பிடித்து இழுக்கின்றார்.

அழகு: உடனே ஏம்பங்காளி,

சனக்கூட்டம் இங்கிருக்கயில ஃபிகரடிச்சுக்கிட்டு நிக்றத வுட்டுப்புட்டு, கம்மாப் பக்கம் இப்ப ஏன் பஙகாளி என்கின்றார்.

பங்காளி அழகும் வேறு வழியின்றி, மதியுடன் மெதுவாக நடக்க அடி எடுத்து வைக்கின்றார்.

கண்மாய்க்குச் செல்லும் வீதியில், சற்று தூரம் சென்றதும், வீதியின் வலது புறம், ஒரு பெரிய சுத்துக்கட்டு வைத்த மெட்ராஸ் டெரஸ் வீடு உள்ளது. அந்த பெரிய

வீட்டைச்சுற்றி நாளா புறத்திலும் காலி இடங்கள் பெரியதாகக் கிடக்கின்றன. அந்த காலி இடமான வீட்டின் முன்புறக் காம்பவுண்ட் சுவரின் உட்புறத்தின், இடது மூலைப் பகுதிக்குள், ஒரு சிறிய ஒத்த மொகட்டுக் கொட்டகை உள்ளது.

அந்த சிறிய வீட்டின் சுவர்கள், முண்டு செம்புறாங்கல் என்று கூறப்படும், பெரிய பெரிய உருண்டை செம்புறாங்கற்களில் எழுப்பி, களிமண்ணால், மண்ணுப்பூச்சு பூசியுள்ளது. இந்த மண்ணுக்கட்டுச் சுவர் வீட்டை, சற்று நேரம் வழியில் சென்ற மதி, உற்றுப் பார்த்தபடியே நிற்கின்றார்.

நிற்கும் மதியின் கண்கள் ஏதோ? சொல்ல நினைக்கின்றது. ஆனால், ஏதும் பேசாது, சற்று தயக்கத்துடன் கால்கள் நடக்கத் துவங்குகின்றன.

அழகுவும், மதியும் நடந்து செல்லும் போதே, வீதியின் வலதுபுறம் அமைந்த, அந்த சிறிய வீட்டை மீண்டும் திரும்பித்

திரும்பி பார்த்தபடியே மிகவும் மெதுவாக நடந்து வருகின்றார்.

பங்காளி அழகுவோ! வீதியின்இடது புறம் அமைந்த, மற்றொரு வீட்டின் கிணற்றடி காம்பவுண்ட் சுவற்றிற்கு மேலே சற்று உயர மாக, சுமார் நூறு சீப்புகளைக் கொண்ட பச்சை நாடான், வாழைக் கொலையை வீதியில் செல்லுகின்றவர்களின் கண்படும் என, பழைய உள்பாவாடையை போட்டு மறைத்துக் கட்டியுள்ளனர். அதைப் பார்த்துக் கொண்ட வருகின்றார்.

மதி, அழகுவை பார்த்து, யோவ் பஞ்சாப், என்னய்யா! மேலே வாயப் பொளந்துகிட்டு வாரெ? என்கிறார். உடனே அழகு, இல்ல பங்காளி இந்த வீட்டுக்காரிக்கு சிலுக்கு மாதிரி சீல கட்ரதே புடிக்காதே! இதுல வேற, வாழத்தாரு வயசுக்கு வந்த மாதிரி, இத்துப்போன உள்பாவாடைய கட்டி போர்த்தி விட்டுருக்கு பாரு என்கின்றார்.

பங்காளி அழகு: அப்படிச் சொன்னதும், மதி உடனே, சற்றும் தயங்காமல், அந்தப் பொம்பளதான் அப்படிச் செய்யுதுன்னா, நீ பாவாடைக்குள்ள மறஞ்சுருக்குற பழத்தக் கணக்குப் போட்டுக்கிட்ட வர்றியே பங்காளி! – என்று நக்கல் செய்கின்றார்.

மதி: அழகுவைப் பார்த்து நக்கல் செய்தபடியே, இந்த பழத்த திங்க, இங்க எவனுக்கும் குடுத்து வெக்கல பங்காளி.

அந்த பொம்பளயோட தங்கச்சி வீட்டுக்காரன், அடுத்த ஊருல இருக்கான். அவன் பெரும் விடாக் கண்டன், கொடாக் கண்டன். போகயில வெதச்சு. வரயிலே அறுத்துடுவான். அவென் அப்படிப் பார்ட்டி பங்காளி என்கின்றார்.

மதியும், அழகும்: பொடி நடையாக நடந்து செல்லுகையில் அந்தப் பகுதி தெருக் குழாயடிகளுக்கு தண்ணீர் சப்பை செய்யும், பஞ்சாயத்து யூனியன் தண்ணீர் தொட்டி உள்ளது.

அதற்கு, அடுத்தாற்போல், ஆண்டிகளுக்கும், பண்டாரங்களுக்கு வடித்துப் போடும், சத்திரமும், அதைச் சார்ந்த ஊரணியும் உள்ளது.

அந்த சத்திரத்தூரணிக் கரையில், தூய இதயம் கொண்ட எவரோ துந்திக் கையை உடைத்து, அரச மரத்தடிக்குக் கீழே அம்மணக் கட்டையென. அனாதையாக உட்கார வைத்துள்ளனர், மாப்பிள்ளை வினாயகரை.

அவரும் ஊரணிக்கு வெளியிலேயே, உஷ்ணத்தோடு காத்திருந்து, குளிக்க வருகின்ற, கிராமத்துக் குயில்களெல்லாம், துயிலுரிவதை துணிவோடு பார்த்துக் கொண்டு, கண் சிமிட்டாமல் காட்சி யளிக்கின்றார்.

ஆனால் ஒன்று; வழிப் போக்கர்கள், இவருக்கு உடைக்கப்படும் சிதறு தேங்காயை, கவ்வுவதற்காக, துவைக் காமலேயே இருக்கும் சுருங்கிய

துண்டை, தலையில் கட்டிய தலப்பாவுடன் தலையெழுத்தேயென – காத்துக் கொண்டு இருக்கின்றார். கதவுகளைச் சாத்தாது சத்திரத்தின் வாசற்படியிலே, காவல் காரரான, செல்லன் மகென் கருப்பன்.

கணபதி கச்சிதமாக அமர்ந்திருக்கும் கரையில், அரச மரத்தடிக்கு அடுத்து, ஒரு பெரிய ஆலமரம், விழுதுகளுடன் அடர்ந்த நிழலை, விழ வைத்துக் தந்துக்கொண்டு நிற்கின்றது.

அந்த ஆலமரத்தடியின் கீழே, ஆளுயர அம்புகளும், சூலாயுதங்களும் பார்ப்பதற்கு பத்துப் பதினைந்து துருப்பிடித்த இரும்பு கம்பிகளாக, சாயம் இழந்த கச்சைத் துண்டுகளைச் சுமந்துகொண்டு காற்றுக்குக் கண்சிமிட்டி மாலைப் பொழுதில், சிறிய மணிகளின் சின்ன நாக்குகள், புரியாத மொழியில் புலம்புவதைப் போல, கிணி, கிணி கிணியென மெதுவாகப் பேசுவது, அந்த இடத்தைக் கடந்து செல்வோருக்கு, கண்டிப்பாக கதி கலங்க வைக்கும்.

ஐந்தாறு அணைந்து மூந்த கரி களுடன், சாம்பல் படிந்த சாம்பிராணியே சத்தியமாகப் பார்க்காத, கல்லில் குல வெடுத்து, செல்லாத காசுகளையும் வெட்டுப் பட்ட காசுகளையும் சுமந்து வேதனையோடு நிற்கின்றது வெள்ளைக்கல், சாம்பிராணிக் கால்.

விளக்கெண்ணை ஊற்றி திரியோட, வெட்டிவிட்டுக் குலவெடுத்து, முட்டிக்கால் வரை, உயரம்கூட இல்லாமல், முக்காலடிக்கு முறித்து ஊன்றிய வெள்ளைக்கல், தீபக் கால்.

எண்ணையையே, பார்க்காமல், எதிர்காலத்தைப் பற்றி எந்தக் கவலையு மின்றி, கண் சிமிட்டாமல் காத்திருப்பது போல், விழுந்து முடிந்த, அடி மழை காலத்திற்கு நனைந்து நனைந்து, காய்ந்தவுடன் கருப்பாக, கிழவன் கிழவிகள் தலைக்குடை போட்ட மாதிரி, திட்டுத்திட்டாக குலவெடுத்த குழி, கருக்குளிச்சுப்போய்

காட்சியளிக்கின்றது. நட்டு வைத்திருக்கும் பத்து பதினைந்து அம்புகளும், சூலாயுதங்களும், ஈட்டிகளுமென, பரிபாலங்களுடன் நடுவில் எல்லாவற்றையும் விட உயரமாக, நின்று கொண்டிருக்கின்றார் சத்திரத்தூரணி, முனி, காய்ந்த மாலைகளைக் கழுத்தில் சுமந்து கொண்டு,

பூமாலையில் சுற்றியுள்ள, வெழுக் காத வெள்ளை நூலுடனும், சண்டிக் கட்டை யிலிருந்து, பூத்தொடுப்பவர் சரவரவென சுற்றியுள்ள வெள்ளி நூல் இழைகளும், சிகப்பு வண்ண, பச்சை வண்ண சில்வரைப் போல், ஜிகினாக்களும், சரிகைப் பேப்பர்களும், பிரிந்தும் பிரியாமலும் நாள்தோறும் நாருடன் சிக்கிக் கொண்டு, பூக்கள் பாதி உதிரிந்தும், பாதி உதிராமலும் பரிதாபமாக முனியின் கழுத்தில் – கனமின்றிக் கிடக்கும் காய்ந்த பூமாலை.

அவர் காலடி மண்ணைத் தொட்டுப் பார்க்க நினைத்து, கழட்டிக் கொள்வதற்காக,

விடுதலையை விரும்பி, காற்றோடு போராடிக் கொண்டிருக்கின்றது.

அவர் காலிலிருந்து கழட்டி விடப்பட்ட, கட்டைச் செருப்பு, கரையாண்களுக்கு உணவாகக் கரைந்து கொண்டிருக்கின்றது. பதமே பார்க்காத பக்தியின் அடையாளச் சின்னங்களாக கடைசல் கை பிடிகளுடன், மூக்கில் குத்திய முழு எழுமிச்சைப் பழங்கள். காய்ந்து சுருங்கிய மஞ்சள் நிறம் மாறி, காவி வண்ணத்தில் கழண்டு விழுவதற்காகக் காத்துக் கொண்டு கம்பீரமாகக் காட்சியளிக் கின்றது. வெட்டருவாளும், வீச்சருவாளும், ஆலமரத்தின் அடித்தூரில் குங்குமம் .கொட்டிச் சிதறி, குருதி வடிந்ததைப் போலவும், சாய்ந்து தூங்குவதைப் போலவும் சௌவுக்யமாகச் சாத்தி வைக்கப் பட்டுள்ளது.

கதி கலங்க வைக்கும் அந்த கரையில் காலைநேரம் பொதிகளை அவிழ்த்து, பொஞ்சாதிகளுடன் உஷ்

உஷ் உஷ் என்று குணிந்தும், நிமிர்ந்தும் அடித்துத் துவைத்து, அழுக்குத்தீர, கும்மிக் கசக்கி திருகிய திருகியபடி கரையில் துணிகள் தூக்கி, எரியப்படுவதும், அதை எடுத்தெடுத்து வெயிலரிக்கும் இடங்களிலில் விரித்துக் காய வைத்துக் காத்துக் கொண்டிருக்கின்றனர்.

பள்ளிக் கூடத்தைப் பார்க்காத, பரட்டைத்தலையும், செம்பட்டைத் தலையு மான, சின்னஞ் சிறு சிறுமிகளும் சிறுவர்களும் தம் குடும்பத்துடன்,

அரச மரத்துக் கிளைகளிலுள்ள இலைகளெல்லாம் அடிக்கின்ற காற்றிற்கு, ஆராவாரம் இன்றி, மென்மையாக சாமரம் வீசுவது போல, சல சல சல சலவென, சங்கீதம் பழகிக் கொண்டிருக்கின்றது. ஆலமரத்தில், பழுத்த பழங்களைத் திண்று, கொட்டையை எச்சமிட்டு, குருவிகள் கூட்டம் கூச்சமிட்டுக் கொண்டு இருப்பதையும், அரசமர இலைகள், சல சல சல சலவென, சங்கீதம் பழகுவதைக் கேட்டுக் கொண்டும்,

அதன் தூரடி நிழலில், கால்களைச் சுற்றி, கை எட்டி எடுக்குமளவிற்கு, குவிந்து கிடக்கும் துணிகளுக்கு நடுவே குத்தவைத்து, சுடவைத்த செங்கோட்டையை, குண்டூசி யால் குத்திக் குத்தி, பூர்வீகக் குடிகளின் விலாசங்களைக் குறிகளாக போட்டு கொண்டு இருக்கும். கிளைகளில் ஊடுறுவி, கிழவனின் நரைத்த மண்டைக்கு நடுவே, சூரிய வெயில் சுள்ளென்று படும்போது, பந்தடிப் பொட்டலில் பனிப் பெய்த்துபோல் பளபளவென மிண்ணுகின்றது, வியர்த்து வடியும், வெள்ளச்சாமி டோபிக்கு.

இவரின் கைகள், இரண்டும் காய்த்து, வடித்த கஞ்சி, வாசிங் சோடா ரோஸ், டினோபால், குருவி மார்க் நீலமென இரசாயணப் பொருள்களை தொட்டு, தொட்டு நாளும் பொழுதும் வேலை செய்ததால், கைகளின் தோலில் ரோமங்கள் இன்றியும், உள்ளங் கையில் ரேகைகள் இன்றியும், வழுவழுப்பாக வறுமையில் மென்மையென, மெலிந்தே காணப்படுகின்றது.

பாவம், இவர் கரண்ட் பெட்டியை வைத்து, ஒரு அமுக்கு அமுக்கிவிட்டு, கரன்சியைப் பார்க்கும், பட்டணத்தில் உள்ள பகட்டான டோபிபோல் இல்லாமல், பழைய கஞ்சிக்கும், பழைய வெஞ்சனத்திற்கும், மங்கு வாளியத் தூக்கிக்கிட்டு, வெள்ளாவி வச்சு, வெளுத்துத் தேய்த்த உருப்படிகளை மசண்ட நேரத்தில் மாங்கு, மாங்கென்று கொண்டுவரும் பழமை மாறாத, பழய மனுசனா, இன்னுமும் ஒரு ஜீவன் இருக்குன்னா, அது இவர் ஒருத்தர் தானுங்க.

கரைகளில் காய்ந்து கொண்டிருக்கும் கதர்சட்டை, கதர் வேஷ்டிகளைப் போல, மருதனூர் மனுசங்களுக்கு, மனசு வெள்ளையா? என என்னைக் கேட்டால், இல்லையென்றுதான் சொல்வேன்.

மாறாக, கறை படிந்த மனதோடு, வீம்பு, வெட்டி, வீறாப்பிற்கும் காய்ந்து கொண்டிருக்கும் துணிகளின் கஞ்சி விரைப்பிற்கும், மொட மொடப்பிற்கும்

வேண்டுமானால், கன கச்சிதமாகப் பொருந்திப்போகும்.

பேசிக்கொண்டே வரும் மதியும், பங்காளி அழகுவும் துணிகள் காய்ந்து கொண்டிருக்கும், ஊரணிக் கரையைக் கடக்கும்முன்,மெதுவாகப்பேகிக்கொண்டே. அன்னாந்து மேலே பார்க்கின்றனர்.

ஊரணிக் கரையின் ஒரு மூலையில் உள்ள பெரிய புளிய மரத்தின் உச்சியிலிருந்தும், அடுத்து அதற்கு நேர் எதிரே, மறு கரையின் மூலையில் உள்ள பெரிய புளிய மரத்தின் உச்சிக்கும் கனி திண்ணி வௌவால்களைப் பிடிப் பதற்காக, கட்டிய வலையிலிருந்து, ஊரணியின் குறுக்கிலே நீளமான கயிறு கட்டப்பட்டுள்ளது.

அந்த வலையை பார்த்தபடியே மதியும், அழகுவும் சத்தரத்தூரணி முனிஸ்வரன் கோவிலைக்கடக்கும்பொழுது,ஆலமரத்தில் காய்ந்து கிடக்கும் இலைகளையும்,

சருகுகளையும், செத்தைகளையும் காலில் சரக் சரக்கென மிதித்தபடியே சற்று தூரம் சென்றதும், கண்களுக்கு எட்டிய தூரத்தில், கண்மாய் கரைக்கு முன்பாகவே புகைந்து கொண்டிருக்கும் விறகுக் கடை ராமையாவின் கரி மூட்டத்திற்கு அருகாமையிலேயே சத்திரத்தூரணி தென்னந்தோப்பிற்குள் நாடாயி கனகு கள் இறக்குவதற்காக, மரத்திலிருந்து இறங்கிக் கொண்டிருப்பது, மதி, அழகுவின் கண்களில் தட்டுப்படுகின்றது.

பஞ்சாப் அழகு என்ன? என்பது போல் மதியைஒருபார்வைஏறிட்டுப்பார்க்கின்றார். மதியோ அழகுவைப் பார்த்து யோவ் என்ன நக்கலா, எனக்கு இந்தப் பழக்கமெல்லாம் இல்லையா, சும்மா வெளயாடாத என்று பொய் கோபம் கொள்கின்றார்.

உடனே, பஞ்சாய் அழகு: மதியைப் பார்த்து, யோவ் பங்காளி, சும்மா ரெண்டு லிட்டர அடிச்சுட்டு அப்படியே டீ கடை பக்கமாப் போனமுனா, முழு கடலப்பருப்ப, நல்லா

பொன்முருவலா வறுத்து ஆம வடை சுட்டு, தட்டுல அடுக்கி வெச்சிருப்பாங்க. அதுல நால பிச்சுப்போட்டா சும்மா ஜிவ்வுனு இருக்குமுய்யா என்று சொல்லிக்கொண்டே நாக்கை ஒரு சப்பு சப்புக்கொட்டி, மிளகாயைக் கடித்து போல் செய்கின்றார்.

கல்லுல சேலயச் சுத்தியிருந்தா, கையவிட்டுப் பார்த்தாலும் குடிகாரென்னு எங்க பரம்பரையிலே எவனும் கெடயாது. என, என்னையக் குடிகாரனா ஆக்கப் பார்க்காத பங்காளி, என மதி. அழகுவிடம் கூறுகின்றார்.

பங்காளி அழகு உடனே, மதியைப் பார்த்து, யோவ்! நீ சும்மா எனக்கு கம்பெனி குடுய்யா என்கிறார். உடனே மதி அப்படி வாடி மானி. வேணுமுனா நா கம்பேனியும் தர்றேன், குடிக்கக் காசுத் தர்றேன். பொறப்புடு, ம்... நடயக் கட்டு என்கிறார்.

இருவரும் தோப்பை நெருங்கியதும், வெற்றிலைக் கறை பல்லு, வெழுத்துப்போன

கலர் முண்டா பனியனுக்குக் கீழ் பச்சை வண்ணத்தில் பட்டையான நூல் இடைவாரின் பக்காவாட்டிலிருக்கும்.

பெரிய பெரிய ப்ரஸ் பட்டன் மூன்றினை பட் பட் பட்டென திறக்கின்றார் நாடாயி கனகு, அதற்குள் வைத்துள்ள பொடி மட்டையை எடுத்து, அதிலிருக்கும் டி.ஏ.எஸ். ரத்தினம் பொடியை ஒரு கிள்ளு கிள்ளி, நாசியில் ஒரு இழு இழுத்தபடியே கையை உதறுகின்றார்.

கலர் மங்கிய முண்டாப் பனியனுக்குக் கீழே, கவுசனம்போல் கட்டியுள்ள, நாலு முழ வேஷ்டியை, நாடாயி கனகு சுருட்டிச் செருகியுள்ளது.

கிழட்டாட்டுக் குண்டிபோல், புஸ்டியில் லாத இவரின் இரண்டு புட்டங்களும், காய்ப்புத் தட்டியபடி, கருப்பாக் காணப் படுகின்றது. மூக்கில் ஸ்டோர் பண்ணிய முக்கால் வாசிப் பொடிக்குமேல் வேஷ்டேஷ் என, கழன்று கொண்டிருக்கும் கால்வாசிப்

பொடி, வண்ணம் மங்கிய பனியனின் வயிற்றுப் பகுதியில், பறந்து வந்து படிகின்றது.

பொடிப்போட்டு உதறிய கையை, இவர் உதறிய படியே தன் புஸ்டியில்லாத, கருங்காச்சி நொங்குபோல் கருப்பாக உள்ள, ஒரு பக்கத்து புட்டத்தில், ஒரு இழுக்கு இழுக்கி துடைத்துவிட்டு, தன் தலையில் உள்ள துண்டை அவிழ்த்து விட்டு உதறி சரி செய்து மீண்டும் தலையில் இறுக்கிக் கட்டிக் கொண்டே செருமிக் கனைத்தபடி வாங்க, வாங்க தம்பிகளா தங்க கம்பிகளா என மரியாதை கலந்த நக்கலுடன் வரவேற்கின்றார்.

மதியும், பங்காளி அழகுவும் ஆமாண்ணே, ஆமாண்ணே நீ சௌரியமா? – என்றதும் கனகு: இந்த ஊர்ல, சௌக்யத்துக்கு எந்தக் கொறச்சலும் இல்ல என்கிறார். (சௌக்யமாக இல்லை என்பதைத்தான் அப்படி அவர் சங்கடமாகச் சொல்கின்றார்)

பட்டிக்காடடுப் பயலுகெல்லாம், வெட்டித் தனமாத் திரியுறத, வெளக்கு வெச்சு பாக்க வந்திகளா தம்பி வெளியூர்லேர்ந்து என்கின்றார்.

உடனே மதி: அண்ணே நானும், இந்த மண்ணுல பொறந்தவந்தேன், மறந்துட்டீங்களா என்கின்றார். அதற்கு நாடாயி கனகு, நீங்கதேன் இந்த ஊரே மறந்துட்டு, பயலுகளோட மூச்சுக் காத்து பட்டாலே பாவமுனு, பட்டணத்துக்கு பஞ்சம் பொழக்கப் போயிட்டீங்கல்ல என்கிறார்.

ஆமா, காலயிலே இந்த பக்கம் வந்துருக்கீங்க, அப்ப ராத்திரிக்கு பெரிய பள்ளிக் கொடத்துப் பக்கமா? என பஞ்சாபை பார்த்து கேட்கின்றார் நாடாயி கனகு.

ஊருக்கே அந்தப் புறமான, ஆட்கள் நடமாட்டம் கம்மியாக உள்ள, அரிசி அவியல் ஆலைப் பகுதிகளில், ஹைய் ஸ்கூலுக்கு பக்கத்திலிருக்கும் பார்வதி வீட்டில், ஐம்பது ரூபாயக் கொடுத்தால் சொர்க்கத்தை

நமக்குச் சொந்தமாக்கிக் கொள்ளலாம் அதைத்தான் அவர் அப்படிப் பொடிப் போட்டு பேசுகின்றார்.

வயல் வரப்பினை உடைத்தெரியும், வலிமையான எருமை மாட்டுக் கால் குலம்படிகள் போல் அல்லாமல், காரின் பழைய டயரை வெட்டி, கடையில் விற்கும் ரிவிட்டில் கால் வாசியை அடித்து, சந்தையில் சல்லுசாகக் கிடைக்கும்.

வார் நடயனை வாங்கி, கால்களில் போட்டுக் கொண்டு வரப்புகளில் மடங்கிய புல் மறுபடி நிமிறும்படி, பட்டும் படாமல், பட்டாம் பூச்சிபோல் பொத்திப் பொத்தி நடந்து வருகின்றார். பொக்கிஷம் வைத்திருக்கும் கலயத்தைத் தேடி நாடாயி கனகு.

அவருக்கு பின்புறமே மதியும், பஞ்சாப் அழகும், மௌனமாக நடக்கின்றனர். மூவரும் தோப்பிலுள்ள பம்புசெட் பக்கம் வந்ததும், மோட்டார் ரூமிற்கு வெளியில் உள்ள நிழலில், தரையை நன்கு காய்ந்த

தென்னம் பாலையைக் கொண்டு கூட்டிப் பெருக்கி சுத்தம் செய்து, அங்கு வைத்துள்ள கலயத்திற்கு பக்கத்தில் உட்காருகின்றனர்.

மரத்திலிருந்து இறக்கியபடியே, சுரக் குடுக்கைக்குள் உள்ள சுத்தமில்லாத கள்ளை, வடிகட்டியைக் கொண்டு விழுந்து கிடந்த வண்டுகளையும், தூசுகளையும் வடித்துவிட்டு, வெள்ளை நுரை ததும்பி வழிய, வெதுவெதுப்புடன் கலயத்தில் உள்ள கள்ளை நாடாயி கனகு, பஞ்சாப் அழகிடம் கொடுக்கின்றார்.

பங்காளி அழுகுவோ! கல் பதிப்பதற்காக, தங்கத்தைத் தட்டி தனலில் உருக்கும் பொற்கொல்லர் போல, வெள்ளை நுரை பொங்கி வழியும் கலயத்தின் வாப்பாட்டை கவனமாக ஊதி ஊதி ஒதுக்கின்றார்.

கையில் வாங்கிய கலயத்தை, பங்காளி அழகு! வாயில் வைத்துக் கவிழ்க்கும்போது, பானையின் பாட்டமான தூர் பகுதி தூக்கியபடியே ஒட்டியிருக்கும்

மண்ணுடன் ஒருமுறை, வானத்தைப் பார்த்து வணக்கம் சொல்லுது.

கவிழ்ந்த இரண்டு நொடியிலேயே, கள் கடகடவென அடி வயிற்றுப் பகுதியை, அப்படியே முற்றுகையிட்டு இடி விழுந்ததைப் போல, ஒரு அலசு அலசி கற்றதையும் மீறி கவிதைகளாகக் கிளப்பி கக்கவிடுகின்றது. வரப்பில் சாய்ந்து வாய் வழியாக மதி, நாடாயி கனகு அண்ணனைப் பார்த்து, அண்ணே ராத்திரி கோவில் பக்கம் வருவீங்கல்ல, அப்பத்தர்றேன் காசு என்றதும் – அவர் அதுக்கென்ன இப்ப அவசரம் தம்பி! என்று இருவரும் விடைபெற அனுமதிக்கின்றார்.

மதியும், பங்காளி அழகுவும் கண்மாய் கரையை வந்தடைகின்றனர். மடையடிக்கு அருகிலேயே, அங்கு ஆடுமாடுகள் மேய்ப்பவர்கள் காலார உட்கார்ந்து ஓய்வெடுப் பதற்காகப் போடப்பட்டுள்ள கல்லில், இருவரும் உட்காருகின்றனர்.

உட்கார்ந்திருக்கும் இடத்திலேயே, இரண்டு இரும்பு எல் ஆங்கிலில் ஒரு போர்டு பொருத்தப்பட்டிருக்கின்றன. அதில் மருதனூர் கண்மாயின் ஆயக்கட்டின் விபரம், மடைகளின் எண்ணிக்கை, தண்ணீர் பாயும் விவசாய நிலத்தின் நிலப்பரப்பு அனைத்து விபரங்களையும் அப்படியே புள்ளி விபரப்படி தந்துகொண்டு நிற்கின்றது. உட்கார்ந்திருக்கும் போது மதி: பங்காளி அழகுவைப் பார்த்து பங்காளி, பங்காளி! என்னோட பாலிடெக்னிக் படித்த நண்பன் குணாவென்று ஒருத்தன் இருக்கான். குணா இப்பொழுது காஷ்மீர் எல்லைப் பாதுகாப்புப் படையில் வேலை செய்கின்றான் என்கின்றார்.

மதி: உடனே இல்ல பங்காளி அவென் சொந்த ஊர் நாகப்பட்டிணத்திற்கு பக்கத்திலுள்ள குவலைப்பத்து என்கின்ற கடலோரக் கிராமம்.

நாங்கள் இருவரும் பாலிடெக்னிக் படித்து முடித்தவுடன், அவனுடைய அந்த ஊருக்கு நானும் கூடச் சென்றிருந்தேன்.

அங்கே – அவர்களுக்குச் சொந்தமான, பணப்பயிர் செய்கின்ற வீட்டோடு ஒட்டியேயுள்ள நான்கு ஏக்கர் கொள்ளையில் தந்தரை வரை நல்ல ஊற்று உள்ள உறைக் கேணியும், கிணற்றடியில் பெரிய, பெரிய கொத்துக் கொத்தாகக் காய்க்கும் கிடாரங் காய் மரமும் இருக்கின்றது.

கொல்லையிலுள்ள வரப்பு மேடு களில் நான்கைந்து பனை மரங்கள் இருக் கின்றன. அந்த பனை மரத்தடியில் கள் இறக்குவதற்கென்று ஒரு மரமேறி வருவான்.

காலையில் எழுந்ததும், வேப்பங் குச்சியை வைத்து, பல் விலக்கிய படியே, வரப்பு மேட்டில் குணாவின் அப்பா உட்கார்ந்திருப்பார்.

அவரும் பார்ப்பதற்கு நல்ல உயரமாக தொந்தி விழுந்து, காதுகள் இரண்டும் புடைத்த மாதிரி, நல்ல கம்பீரத்

தோற்றத்தோடு கணீர் என்ற குரலில் பேசக் கூடியவர்.

இவரின் கண் பார்வைக்கு முன், கள் இறக்கப்பட்டு கலயங்களில் நிறப்பப்படும்.

வாயில் வைத்த வேப்பங்குச்சியை, இரண்டாகப் பிளந்து நாக்கை வழித்தவுடன், அருகிலுள்ள கிணற்றடியில் வாய் கொப்பளித்துவிட்டு, என்னை ஏறிட்டு, ஒரு பார்வை பார்ப்பார், பார்த்ததோடு மட்டுமல்லாமல், மகனே கொஞ்சம் குடிடா! என்பார். எனக்கு பழக்கம் இல்லப்பா என்றதும், என்னை வற்புறுத்தமாட்டார்.

பிறகு கலயங்கள் காலியான பிறகு, நேரே வீட்டிற்குள் நுழைந்து, ஒரு ஒயர் கூடையை எடுத்து, குணா அம்மாவிடம் பத்து ரூபாயை வாங்கி, குப்பத்திற்கு போய் வாருங்கள் என்பார்.

நானும், குணாவும் அப்படியே கடலோரப் பகுதி மண்ணில், கால்களை வதக் வதக்கென்று எடுத்து வைத்து

நடந்து, அங்குள்ள சவுக்கத் தோப்புகளை கடந்தவாறு, அருகிலுள்ள குப்பத்திற்கு சென்றால், அப்பொழுதுதான் வலை இறங்கியிருக்கும், பத்து ரூபாயைக் கொடுத்து, கூடையைக் கொடுத்தால் கூடை நிறைய நண்டுகளையும், மீன்களையும் துள்ள துள்ள உயிருடன் கொடுப்பார்கள்.

வாங்கிய மீன்களையும், நண்டு களையும் அம்மாவிடம் கொண்டு வந்து கொடுத்தவுடன், நன்றாகப் பொடி அறைத்து, நல்ல சதைப்பிடிப்பு உள்ள, அவங்க வீட்டு மரத்தில் காய்த்த முருங்கைப் பிஞ்சுகளையும், நண்டுடன் போட்டு பிறட்டியும், மீன்களைத் தனியே, எண்ணையில் போட்டு வறுத்தெடுத்தும் தோட்டத்திலுள்ள வாழை மரத்திலிருந்து, ஒரு இளந் தலைவாழை இலையை அறுத்து, அதை விரித்து, அதில் சாதம் ஏதும் வைக்காமல், நண்டுக் குவியலும், மீன் வறுவல் குவியலுமாக, நான் மற்றும்

குணா, குணாவின் அப்பா மூன்று பேரும் உட்கார்ந்து திண்று தீர்த்து விடுவோம்.

நண்டு, மீன் என்றாலே நாக பட்டினத்திற்கு பக்கத்திலுள்ள குவலைபத்தில் இருக்கும், என் நண்பர் குணா வீடுதான் ஞாபகம் வருது பங்காளி என்கின்றார்.

இப்படிப் பேசி கொண்டிருக்கையிலே, மதி, அழகுவைப் பார்த்து, ஆமா பங்காளி! இராத்திரிக்கு மாரியாத்தாலுக்கு, பொங்கல் வைத்து படைக்க, வளப்புக் கோழியா, வெலக் கோழியா? என்கிறார்.

பங்காளி அழகு: மதியிடம், அத ஏங் கேக்குற பங்காளி. சந்தையில கோழி வெல ரொம்ப கிராக்கீன்னு, பக்கத்து ஊர் கோழி வியாபாரி வள்ளியப்பனுக்கிட்ட வாங்களாமுனு பாத்தா, அதுவும் ரொம்பக் கெடுபுடின்னு, எங்க ஆத்தா, குடி வழியில, ஒரு நல்ல ஜாதிப் பொட்டையா வாங்கி கட்டுல போட்டு நாலு புலுங்கல அள்ளி கொத்தவிட்டுருக்கு.

பொழுதோட, அது தலயத் திருகி, மாரியாதத்தாலுக்குப் பொங்க வெச்சு! மசமசனு மயிரப் பிச்சு வீசிப்புட்டு, மஞ்சளக் கறச்சுப் பூசி, தனல்ல நல்ல தகதகனு ஒரு வாட்டு, வாட்டி, நீட்ட வற மொளகா நாலெக்கிள்ளி நறுக்குன்னு, காரத்த தூக்களாப் போட்டு, கம கமனு கோழிக்கரிக் கொழும்பவெச்சு எறக்கீறுமுல எங்க ஆத்தா என்கின்றார்.

உடனே மதி, என்ன பங்காளி அவ்வளவுதானா? என்கிறார். இல்ல பங்காளி, முழு முட்ட நால அவிச்சு வெச்சு, முருங்கக் கீரய சின்ன வெங்காயத்தோட நல்லா பொரிச்சுப்புட்டு, மூட்டையில வர்ற கீறிக்காய் இல்லாம, தோட்டத்துல வெளஞ்ச, நீர்ச்சத்தான கத்திரிக்கா, முத்தல் இல்லாத முருங்கக்கா, இது ரெண்டோடையும் கச்சைப் பொடி கருவாடைப் போட்டு நல்ல பெறட்டி.

நெற செம்புல தண்ணி எடுத்து, மட்ட உறிச்சுச் சுத்தஞ் செஞ்ச, முத்துப் பேட்டத்

தேங்காயில மஞ்சளப் பூசி, பூப்பூத்த வேப்பந்தள ஓடிச்சு, பச்சரிசி மாங்காய்காச்ச மாந்தளிறோட, பூரண கும்பம் வெச்சு, கௌரி எளநி ரெண்டக் கண்ணத் தொறந்து, பச்சருசி வெண்பொங்களோட, படையல முடிக்க.

இடுச்சிருக்கும் அரிசி மாவுல, நாலு எள்ள வறுத்துப்போட்டு! காச்சி வடிச்ச கருப்பட்டிப் பாக, அது தலயில கொஞ்சம் ஊத்தி, இனிப்பு கொலக்கட்ட கொஞ்சமும், உப்புக் கொலக்கட்ட கொஞ்சமும் அவிச்சு வெச்சு, ஆத்தாளக் குளிர வைக்க வேண்டியது தான், என்கிறார் பங்காளி அழகு.

உடனே மதி! அப்புறம்...

ம்..., என்று நக்கல் கலந்த ஆச்சரியத்துடன் பங்காளி அழகுவைப் பார்த்து, சும்மா, ஒரு பேச்சுக்குக் கேட்டா, ஏதோ ஊர்ல தள்ளுப்பட்டவன் மாதிரி, வொங்க சாதிப்பெருமசரித்திரத்தயெல்லாம்

சரஞ்சரமா வண்டியேத்திக்கிட்டு இருக்கே.. என கள்ளுக் குடிச்சிருக்கும் அழகுவிடம் கள்ளுக்குடித்தவன் கண்களில் உள்ள கல்லத் தனத்தை பார்க்கின்றார் மதி.

இரண்டு பேருக்கும் நடுவே, நொடிப் பொழுது மௌனம் நிலவுகின்றது. அப்பொழுது மதி அடுக்குத் தாமரையும், அல்லி பூக்களும் பூத்திருப்பதை பார்த்தபடியே ஏதோ பலத்த சிந்தனையில் இருக்கின்றார்.

காசு கம்மி என்ற காரணத்தினால், எப்பொழுதும் நாற்றமடிக்கும் நார்த் போல் சிகரெட்டையே குடிக்கும் பங்காளி அழகு, பந்தவாக திருவிழாவின் நிமித்தமாக, கடன் கொடுப்பதெற்க்கென்றே கடை வைத்துள்ள உள்ளூரில் அய்யாக் கண்ணு என்ற ஒரு அம்பானி இருக்கின்றார்.

அவரும் இங்குள்ளவர்களுக்கு ஏற்றாற் போல், வெளியூருக்கு வேலை போனவங்கெல்லாம் இங்கு வந்ததும் வெள்ளையும் சொல்லையும் போட்டுக்கிட்டு,

வெட்டிப் பந்தா பண்ணுவாங்கன்னு, ஓலப் பாயில ஒண்ணுக்கு பேஞ்ச மாதிரி, தொர தொரவென முணு முணுத்துக் கொண்டு தன் கண்ணில் வடிந்த கோலையை, கருவை மரத்துப் பிசின் போல, சுண்டு விரலால் சுகமாக எடுத்து சுண்டிவிட்ட படியே, கொள்முதல் என்ற பெயரில், குறைந்த விலை பெட்டிக்கடை சரக்குகள் மட்டும் என்று இல்லாமல், விலை அதிகமுள்ள காஸ்ட்லி சிகரெட், கலர் பானங்கள் – என எண்ணி எண்ணி இறக்குமதி செய்து, கதவில்லாத கள்ளியம் பலகை அலமாரியின் தட்டுகளில் அடுத்தடுத்து அடுக்கி வைத்திலிருந்து,

கண்ணியமான முறையிலே, காசு அப்புறம் தர்றேன் எனச் சொல்லிவிட்டு, பல்லைக் காட்டியபடியே பங்காளி அழகு! வாங்கிவந்த கோல்டு பிளாக் பில்டர் கிங். சிகரெட் பெட்டியை எடுத்து, பெட்டியின் முழுவதும் ஒட்டியபடியே உள்ள கண்ணாடிப் பேப்பரை உறிக்கும் முன்னே, புதிய ஆயிரம் ரூபாய் நோட்டுகளிலும், புதிய ஐநூறு

ரூபாய் நோட்களிலும் பளபளவென்று தெரியும் வெள்ளிக் கம்பியைப் போல, அதன் அகலத்திற்கும் ஒட்டியுள்ள தங்கக்கலர் பிளாஸ்டிக் பேப்பரை, கட்டைவிரலால் நீவிக் கண்டுபிடித்து, நெகத்தாலே ஆன்டி கிளாக் வைஸ்சில், அப்படியே அழகாக உறித்து எடுத்துவிட்டு, முழுக் கண்ணாடிப் பேப்பரையும், உறித்து வீசியபடி, உள்ளே உள்ள சிகரெட்டை, பொன் வண்டை அடைத்து வைத்த தீப்பெட்டியை, பள்ளியில் படிக்கும் சிறுவர் சிறுமியர் திறந்து திறந்து பார்ப்பதைப் போல பக்குவமாகத் திறந்து!

எடுத்த சிகரெட்டை, சிகரெட் பெட்டிக்கு உறை சேர்ப்பதைப் போன்று, அதன் மேல் லேசாக இரண்டு தட்டுத்தட்டி, வாய் உதட்டுக்கு வலிக்காமல் வைக்கின்றார்.

பங்காளி அழகு சிகரெட்டை வாயில் வைத்ததும், கஞ்சிக்கு இல்லாதவனுக்கு காசு சேர்ந்து, பணக்கார கலையே இல்லாம லிருக்கும் புதுப் பணக்காரனின் தோரணை போல,

அந்த காலத்தில், அடங்கி ஒடுங்கி குடும்ப மானத்தைக் காப்பாற்றும் குலப் பெண்கள் – குத்துவிளக்கை ஏற்றுவதற்காக, உறசிய தீப்பட்டிக் குச்சியிலிருந்து பற்றிய தீ அணையாதிருக்கப் பக்குவமாக, கைகளைக் குருவிக் கூடு போலக் குவித்து, பைய பைய திரியைத் தீண்டி தீபமாக்கு வதைப் போலவும், பன்றிக் குட்டி பால் அருந்துவதற்காக, தன் தாய் மடியியலுள்ள பால் மடுவை, வச்ச வாய் எடுக்காமல் வாங்கி வாங்கி இழுப்பதைப் போலவும், கண்களைச் சுருக்கிக் கொண்டு, கையிரண்டையும் கூப்பி, உதட்டை உள்ளேயும் வெளியேயும் இழுத்தபடி, ஓசோனே ஓட்டையாகும் அளவிற்குப் புகைத்தபடியே, புத்துணர்வைப் பெறுகின்றார் பங்காளி அழகு.

புகையிலை உள்வாங்கி உள்வாங்கி புத்துணர்வைப் பெரும் பங்காளி, புதுமை ஏதோ செய்யப் போகும் விஞ்ஞானி ஜன்ஸ்டீனைப் போல் அப்படியே ஆழ்நிலை தியானம் கொண்டு, அமைதியாக யோசித்து ஞானத்தைப் பெற்றுக் கொண்டும்.

இமயமலை அடிவாரத்தில், காவியை உடுத்திக் கொண்டு, கஞ்சா உருண்டையை நோண்டிக் கொண்டிருக்கும் கவ்வோதிகளான, சாமியர்களைப் போலவும் கடவுளையும் மிருகத்தையும் மாறி மாறி கமாண்டிங் செய்து கொண்டிருப்பதைப் போல் காட்சியளிக்கின்றார். தண்ணீர்த் தரையில் கோலம்போடுவதற்காக, மேகத்தவள், தாமத மில்லா மின்னல் சிரிப்புடன், மெதுவாக! துவான மழைப் புள்ளிகளை, தூரத்திலிருந்து வைத்துக் கொண்டிருக்கையில்,

கண்மாய் ஏகமும், வானவில்லைக் கரைத்து, வண்ணம் ஏழுடன் வைத்த, வைரப் புள்ளிகளே! என வியக்கும் சூழலாக, திடீரென பங்காளி அழகு, மதியைப் பார்த்து, யோவ்! பங்காளி, என்னய்யா?

இப்படி சித்த ப்ரம்மை புடுச்சதுபோல சிந்திச்சுக்கிட்டே இருக்கியே என, ஒரு வித கவலை படர்ந்த மதியின் முகத்தினை பார்க்கின்றார்.

இயற்கையின் எதார்த்தத்தை இறந்தவன் போல் பார்த்துக் கொண்டிருந்த மதி, திடுக்கிட்டுத் திரும்புகின்றார்.

பங்காளி அழகு, மதியை பார்த்து, யோவ் பங்காளி, என்னய்யா! நீ ஒரு எழுத்தாளன்னு எனக்குத் தெரியுமுய்யா. அதுக்காக இங்க வந்து இப்படியா ஒக்காந்துக்கிட்டுயிருக்கிறது என கூறிக் கொண்டே, நீயெல்லாம் எழுதப் போயித்தேன் பங்காளி. இப்ப சாகித்ய அகாதமி விருத, சந்தியில விக்கிற மாதிரி விக்கிறாங்களாமுல என்கின்றார்.

உடனே மதி: அழகுவைப் பார்த்து, இல்ல பங்காளி, நீ பஞ்சாபுக்கு போனதுக்குப் பின்னாடியும், நா பட்டணத்துக்கு போவதற்கு முன்னாடியும் நம்ம பலூன்காரர் இருக்காரே, அவரு இறந்து, பனிரண்டு பதிமூனு வரு மாச்சு. இருந்தும் அதநெனச்சு, சங்கட மாயிட்டேன் பங்காளி என்கின்றார். பங்காளி அழகும், மதியைப் பார்த்து, யாரு? பங்காளி அந்த குரங்காட்டிக் கிழவனா! என்று

கேட்டுவிட்டு, ஆமா! அவரு எப்படி பங்காளி எறந்தாரு என்கிறார்.

மதியோ: பங்காளி அழகுவிற்கு குரங்காட்டி கிழவன் இறந்த கதையை கூறுவது [நிகழ்வாக பின்வருகின்றது]

கண்மாய்க்கரை வழியாக, கால் நடையாக, தன் மகளான சிறுமியை ஒரு கையில் பிடித்துக்கொண்டு, மறுகையில், ஒரு சிறிய டர்கி டவலுடன் இடது புறத்தோளில் ஜிப்புப் போட்ட சிகப்பு, ஊதா பிளாஸ்டிக் பேக்கை மாட்டியபடியே.

அருகிலுள்ள ஐய்யனார் கோவிலுக்கு – அன்று வாரக் கிழமை ஆதலால், சாமி கும்பிடுவதற்காக, தாயும் மகளும் பேசிக் கொண்டே நடந்து வருகின்றனர்.

மதியும், பங்காளி அழகும் இன்று உட்கார்ந்திருக்கும் இந்த இடத்தில் வரும் பொழுது, கண்ணில் கண்டவற்றையெல் லாம், கேட்டு அழும் பழக்கம் பெரும்பகுதி பிள்ளைகளிடம் இருப்பது வழக்கம் தான்.

அதைப் போன்று கண்மாயில் உள்ள தாமரைப்பூ வேண்டுமென்று அந்தச் சிறுமி அடம்பிடிக்க.

எனக்குக் கூட சிறுவயதில் இருந்த துண்டு, எனது தாத்தா, எங்கள் குடும்பத்தைப் பிரிந்து தனிமையாக எங்கள் ஊருக்கு அருகிலுள்ள டவுனில் வசித்து வந்தார்.

நான் மட்டும் பேரன் என்ற முறையில் அவரைப் பார்ப்பதற்காக மற்றொருவர் மூலம் அனுப்பி வைக்கப்பட்டேன். அங்கு சென்றதும், என் தாத்தா! டவுனில் உள்ள புதுச்சந்தைக்கு அழைத்துச் சென்றார். சந்தைகூடும் மிகப்பெரிய காம்பவுண்ட்டுக்கு வெளியிலேயே, சாலையின் ஓரத்தில் உள்ள பழைய கிழிந்த தையல் பிரிந்த காலணிகளை சீர்செய்து, பாலிஸ் போட்டுத்தரும் கடையில்,

வரிசையாக வைக்கப்பட்டுள்ள அறைத்தரம் பழகிய ஸ்கூஸ். அப்பொழுது நான் அதை, என் தாத்தாவிடம் தாத்தா... தாத்தா... பூடுசு வாங்கித் தாருங்கள் என

அடம்பிடித்தேன். அவரும் ஒரு வழியாக பேரம் பேசி வாங்கிதந்தார்.

இதில் என்ன கொடுமை என்றால், அது என் கால் சைசிற்கு இரண்டு நம்பர் பெரியதாக இருந்தது. அதை போட்டுக் கொண்டே டர்... டர்... டர்... என தெருக்கலில் நடந்து கொண்டு ஒரு சில இரவுகளில் கால்களைவிட்டு கழட்டாமல் தூங்கியதும் உண்டு.

அடம் பிடிக்கும் அந்தச் சிறுமிக்கு, எவ்வளவோ சமாதானம் செய்தும், பிடிவாதமாக தாமரைப் பூவைக் கேட்டு, கை, கால்களை காச்சாரு வெட்டி, நடக்க மறுத்து நடுவழியில் உட்கார்ந்து கொண்டு அழுகின்றது. பூத்திருக்கும் காய், பிஞ்சு பூ, இலை என சகட்டுமேனிக்கு ஒன்று விடாமல், வாய்க்கு எட்டியதூரம் நான்கைந்து எருமைகள். முதுகில் சகதி படிந்து, திட்டுத் திட்டாக காய்ந்த கறையுடன் முதுகு மற்றும் தலைமட்டும் வெளிப்புறம் தெரியும்படி, தண்ணீருக்குள் கிடந்து கொண்டே மூக்கின்

துவாரங்கள் மூச்சு விடுவதற்கேற்ப, சுருங்கியும் விரிந்தும் வாயின் வழியே நுரை நுரையாகப் பொங்கி வடிந்தபடி, பழயதான பளிங்குச் சில் போல் பல்லைக் காட்டி, காட்டி! வாயின் மேல் மற்றும், கீழ் தாடையை இழித்து இழித்துச் சிரிப்பதைப் போல், காவல்காரன் இல்லாத நேரமான! அந்நேரத்தில் கனைத்துக் கொண்டே கண் மாயை நாசம்செய்ய நரிச்... நரிச்... நரிச்... என மேய்ந்து கோண்டிருக்கின்றது.

அப்பொழுது அந்த இடத்திலேயே கடுமையான வெயிலுக்கு, கரையோரமாக செத்து மிதக்கும் விறால் மீன், மற்றும் சிலேப்பிக் கெண்டை மீன்களை குரங்கிற்கு உணவாக பொருக்கிக் கொண்டு செல்வதற் காக! வெளியூருக்கு வியாபாரத்திற்குச் செல்லாமல், விற்பனைக்கு எடுத்துச் செல்லும் பலூான் மிதி வண்டியை வீட்டிலேயே நிறுத்திவிட்டுகால்நடையாகசட்டையில்லாத வெறும் மேலுடன், குரங்கை மட்டும் கையில் பிடித்துக் கொண்டு வந்த, பலூன்காரர்

என்ற குரங்காட்டி, கரையோரம் பார்த்துக் கொண்டே உட்கார்ந்துள்ளார்.

நடுவழியில் உட்கார்ந்து நக்கரைத்துக் கொண்டு, அழுது அடம்பிடிக்கும் பிள்ளையை சமாதானப்படுத்த முடியாமல் அந்த இடத்திலே உட்கார்ந்துள்ள பாலூன்காரரைப் பார்த்து! வேறு வழியின்றி, இந்த சிறுமியின் அம்மா, ஐயா... ஐயா... இந்த தாமரைப் பூவுல ரெண்டு பறிச்சுத்தாங்களே என்கிறது.

அவரோ... தர்மசங்கடமாக, இல்லை யம்மா... எனக்கு நீஞ்சத் தெரியாது. என் கழுத்தளவுத் தண்ணிக்கு மேலதான் தாமரையே பூத்திருக்கு. உள்ளுக்கப் போனா தாமரக்கொடி பின்னிக்கும்மா என்று தயக்கத்துடன் மறுக்கின்றார்.

அந்த சிறுமியின் அம்மா,

என்ன செய்வதென்று புரியாமல், அந்த சிறுமியை அடிக்கின்றது. உடனே, பலூக்காரர் எம்மா... எம்மா... புள்ளய

அடிக்காதம்மா நாவேனா ரெண்டு பூவப் புடுங்கித் தாரேன் என்கின்றார்.

பிள்ளையை, அழுகையை நிறுத்தி, கட்டியிருக்கும் வெண்மைக்கு மாறாக வெளுத்துப்போன நான்குமுழம் வேஷ்டியை அவிழ்த்து, கட்டம்போட்ட ஈரோட்டு கைத்தரிக் கையிலிருந்து, கிழித்துக் கட்டி யுள்ள கவுசனத்துடன் குரங்கைக் கரையில் விட்டுவிட்டு! மெதுவாக கண்மாய்க்குள் இறங்கத் தொடங்குகின்றார்.

கலங்கிய சகதித் தண்ணீரையும், கரையோரப் பாசியையும்! – தன் இரு கைகளால் தள்ளித் தள்ளித் தடுமாறியவாறு தண்ணீருக்குள் இறங்குகின்றார். கழுத் தளவு தண்ணீருக்கு மேல் செல்லாமல், கையை நீட்டி ஒரு தாமரைப் பூவைப் பறிக்கும் பொழுது, பலூன்காரர். முன்பு சொன்னதுபோலவே, தாமரைக்கொடி கால்களில் பின்னிக் கொள்வதை உணர்ந்து கரைக்கு ஏற எத்தனிக்கின்றார்.

கரைக்கு வர முயன்றும் முடியாமல்! ஒருகையில்பறித்ததாமரைப்பூவைதூக்கி... தூரமாக எறிந்துவிடுகின்றார். கரையில் வந்து விழுந்த பூவை சிறுமியின் அம்மா எடுத்து சிறுமியிடம் கொடுக்கும்போது, சிறுமியின் முகத்தில் அப்படியொரு சிரிப்பு!

சிறுமியின் சிரிப்பைப் பார்த்துக் கொண்டே, பலூன்காரார் பதிந்திருக்கும் தன் கால் பாதங்களை, சகதியிலிருந்தும், பின்னப்பட்ட தாமரைக் கொடியிலிருந்தும் விடுவிக்க முயன்று முயன்று முடியவில்லை. வாய் மட்டத்திற்கு தண்ணீர் வந்தவுடன், தன் கைகள் இரண்டையும் தலைக்குமேலே தூக்கி! தப்பிப்பதற்காக ஆட்டி ஆட்டி முயற்சிசெய்தும் முடியவில்லை.

நொடிப் பொழுவதில்: பலூன்காரார் தண்ணீரில் மூழ்கி, மூச்சுத் திணறிக் கொப்பளித்தவாறு, காற்றுடன் கலந்துவந்த நீர்க்குமிழ்களாக பொரிந்து பொரிந்து உடைகின்றது. சிறுமியின் புன்னகையைப் பார்த்த தாய், யதார்த்தமாக கண்மாய்க்குள்

மூழ்கிய பலூன்காரரைப் பார்த்துவிட்டு! 'அய்யோ, அய்யோ' – எனக் கூச்சலிட்டு, பிள்ளையைக் கூட்டிக் கொண்டு, கண் மாய்க்கு செல்லும் வழியிலேயே, சற்று முன்னதாக உள்ள சத்தரத்தூரணியில், குளித்துக் கொண்டிருக்கும் மதி மற்றும் மதியின் நண்பர்கள் இரண்டு, மூன்று பேர் மற்றும் அருகில் குளித்தவர்கள். இவர்களிடம் பலூன்காரர் நீரில் மூழ்கிய விசயத்தைக் கூறி அழுது கொண்டிருக் கின்றது. சிறுமியின் அம்மா கூறிய விசயம றிந்து திடுக்கிட்டவாறு!

மதி மற்றும் குளித்துக்கொண்டு இருந்தவர்கள், ஊரணியின் கரைக்கு வந்து துண்டை எடுத்து, துவட்டக்கூட இல்லாமல், ஊரணிக்குள்ளிலிருந்து தட்டுத் தடுமாறி, அப்படியே கண்மாய்க் கரையை நோக்கி ஓடுகின்றனர். சிறுமியின் அம்மா மூச்சிறைக்க, எல்லோருக்கும் பின்புறமாக பிள்ளையையும் தூக்கிக் கொண்டு ஓடிவருகின்றது. மதி மற்றும்

நண்பர்கள் கரையிலிருந்து, கண்மாய்க்குள் பார்க்கின்றனர்.

மூச்சு – முட்டைகளாக நீரின் மேல் வந்து, குமிழ், குமிழாக உடைந்தது கூட இப்பொழுது இல்லை.

நீர், நிதானமாக அமைதி நிலை கொண்டு அலைகள் ஏதுமின்றி நிசப்த்தமாக உள்ளது.

பலூன்காரர் மூழ்கியிருப்பதற்கு மேலே கழுகுகள் கத்திக் கொண்டே வட்டமிட்டுக் கொண்டுள்ளது. கரையில் பலூன்காரருடைய செல்லப் பிராணியான 'குரங்கு' – நிலைதடுமாறி அங்கும், இங்குமாகவும் கோவமாகக் கத்திக் கொண்டே ஓடி திரிகின்றது.

தன், எஜமானைக் காணவில்லை ஏதோ நடந்து விட்டதென, அஃறிணையான அதற்குக் கூட தெரிந்து, உணர்வு பூர்வமாக கண்களில் நீர் வடிந்தபடி கண்மாய்க் கரையில், கீச்.. கீச்... என கத்தி ஊரைக் கூட்டுகின்றது.

மதி மற்றும் வந்தவர்களிடம், சிறுமியை தூக்கிக் கொண்டு மூச்சிறைக்க ஓடிவந்த அந்த அம்மா, பலூன்காரர் மூழ்கிய அந்த இடத்தை கையை நீட்டி சுட்டிக் காட்டுகின்றது. உடனே, அனைவரும் கண் மாய்க்குள் மடமடவென இறங்கி, மூழ்கிக் கிடக்கும் பலூன்காரரை தூக்கிக் கொண்டு கரைக்கு வருகின்றனர்.

கரைக்குக் கொண்டுவந்து படுக்க வைத்தவுடன், மதியைப் பார்த்து அவன் நண்பன், டேய் மதி: வயித்துல அமுக்கி, அவர் குடித்த தண்ணியை வெளியேத்து உயிர் இருக்கானு பாப்போம் என்கின்றான்.

உடனே மதி: பலூன்காரரின் நாசியில் கையை வைத்துப் பார்த்து, வாயில் பேசாமல் உதட்டைப் பிதிக்கியவாறு, ம்ஹூம், ஹூம்... உயிர் போய்விட்டது என, சமிஞ்கையால் சொல்கின்றான். மதியுடன் மற்ற சக நண்பர்கள் நின்றிருந்தாலும், மதிக்கு மட்டும் லேசாக கண் கலங்குகின்றது. ஏனெனில், பலூன்காரர் மதியுடன் மட்டும் நெருங்கி பழகக் கூடியவர்.

மதியிடம் மற்ற நண்பன் கூறுகின்றான். டேய் மதி, இவரு குடியிருந்த வீட்டுக்காரருக்கு விபரம் சொல்லிவிட்டு, இவரைச் சார்ந்தவர்கள் எவரேனும் இருந்தா சொல்லிவிடனும் என்கின்றான்.

மதி நண்பனிடம், இல்லடா இவரச் சார்ந்து சொந்த பந்தமுனு யாரும் கெடயாது. இவரு குடியிருந்த வீட்டுக்காரரிடம் சொல்லி விட்டு, அவர வச்சு, நாமலே இவரத் தகனஞ் செய்ய வேண்டியதுதான் என்கின்றான். உடனே! மதியின் நண்பன், அது எப்படி மதி நம்ம தகனம் செய்ய முடியும்! இவரு குடியிருந்த வீட்டுக்காரருக்கு தகவல் சொல்லி விட்டுட்டு இவர அனாதயினு பஞ்சாயத்து ஆபிசுல சொல்லி, அவங்க மூலம் அடக்கமோ, தகனமோ செய்யச் சொல்ல வேண்டியதுதான் மொறை என்கின்றான்.

மதிக்கு கோபம் வந்துவிடுகின்றது. ஏன்டா! நம்ம செஞ்சா என்ன? – என்று கேட்கிறான்.

மதியின் நண்பன்: உடனே, அது எப்படி மதி? இவரு, யாரு என்னென்னே தெரியல! அப்படி இருக்கும்போது, இவர எங்கே தகனம் செய்வே? வொன்னோட அவரு நெருக்கமுனா, அது வேற... இது வேற மதி, என்கின்றான்.

மதி முகத்தில் மறுபடியும் ஆச்சரியத்துடனும், கோபத்துடனும்.

ஏன்டா! அதுவேற, இது வேற அப்படீன்னா என்ன?

எனக்குக் கொஞ்சம் புரியும்படியா சொல்லுவே எனக்கேட்கிறான்.

அதற்கு மதியின் நண்பன். இல்லடா! இவரு யாருன்னே தெரியல. இவரு வொனக்கு என்னதான் பழக்கமா இருந்தாலும், நம்ம சொடலயில வேறு யாரயும் அடக்கம் செய்யவோ, தகனம் செய்யவோ ஊராரு ஒத்துக்கமாட்டாக. வேற எங்கெ இவர நீ தகனம் செய்வே – எனக் கேட்கிறான் உடனே, மதிக்குக் கோபம்

தனியாமல், போடா... இதுதானா ப்ரச்சன, எனக் கேட்டுக்கொண்டே நண்பனைப் பார்த்து ஏன்டா குடிபட அத்தன சாதிக்காரங்களுக்கும், நம்ம ஊராரு எடந்தளமுனு பிரிச்சுக் குடுத்துருக்காங்க, அப்புடி இருக்கும்போது, இவரு நம்ம பகுதியிலேயே இருந்து, நம் ஆளுகளோடே பழகி, கிட்டத்தட்ட இந்த ஊடுக்காரர் மாதிரியே, ஒத்தாளா இங்கெ வாழ்ந்துருக்காரு, இவருக்கா எடம் இல்லேங்கிற என்கின்றான்.

அதாவது, நத்தம் புறம்போக்கான அரசு இடங்களாக இருந்தாலும் கூட, ஊரில் அதிகப் பெரும்பான்மையான ஊரார் எனப்படும் சாதி, சமூகம், முழு ஆக்கிரமிப்பின்பேரில்புழக்கத்தைவைத்துக் கொண்டு, பீ.மோ. வரியை மட்டும் அரசுக்குச் செலுத்தி ஊரார் கட்டுப்பாட்டிலேயே வைத்துக் கொள்வதுதான் வழக்கம்.

அதை மீறி, மற்ற குடி படைகளுக்கு, ஊராருக்கு எவன் அனுசருனையாக இருக்கின்றானோ, அவர்களுக்குகுறிப்பிட்ட

சென்ட் கணக்கில் வீட்டு மனைகள் பிரித்துக் கொடுப்பதும், கொடுத்துக் கொண்டும் உள்ளனர்.

இதைத்தான் மதி கேட்கிறான், எவ்வளவோ பேருக்கு இடந்தளமென பிரித்துக் கொடுத்துள்ளோம், இவரு பாவம் ஒரு தனி மனுசனா, ஏதோ ஒரு ஊருல இருந்து, நா இந்த ஊர்ல பொறந்து வளந்ததிலிருந்து இவர இங்கு பார்க்குறேன் தனிமையாக நம்ம ஜனங்களுடன் வாழ்ந்தவர் இவருக்குப் போய் ஆறடி எடம் இல்லங்கிறியே என்கின்றான்.

அது சரிடா மதி! இருந்தாலும் நாட்டுச் சொடலயில எப்படிடா, இவர தகனம் செய்யவோ, பொதக்கவோ ஊருல உள்ள ஒட்டுமொத்த நம்ம சாதிக்காரன் சம்மதிப்பான், எனக் கேட்கிறான். மதிக்கு கோபம் மேலும் அதிகரித்து, அடப்போடா! சாதி, சனமுன்னு நம்ம சாதிக்காரனப் பத்தி வெளியில சொல்லாதடா.

இவரு பலூான் வித்து காசு கொண்டாந்ததுல, எத்தென பேரு, குவாட்டாரு வாங்கிக் குடிச்சிருங்காங்கெ, அதுபோக கையில காசு இல்லேன்னா, இவருட்ட எத்தென பேரு அப்பப்போ கை மாத்தா அம்பது குடு, நூறு குடு அப்புடீனு வாங்கி யிருங்காங்கெ. அப்பெல்லாம் நம்ம சாதி மரியாதைய எங்கெ சந்தயில வித்துப் புட்டீங்களா?

செருப்புத் தச்சுக்கிட்ருந்த காசி மகென், லிபியாவுக்குப் போய்ட்டு பணக்காரனா வந்ததும், எத்தென பேரு அவங்கிட்ட வட்டிக்கு வெண்ணலயா கடன் வாங்குறாங்கெ வொனக்குத் தெரியுமா?

சுசைட்டி பேங்குல, பியூனா வேல பாக்குறானே, வெட்டியான் மகென் முத்து அவங்கிட்டப் போயி எத்தெனபேரு, எடத்த வெலக்குத் தாரான்னு மும்பணமா வாங்கித் திண்ணுபுட்டு பணத்த ஏப்பமிட்டுட்டாங்கெ வொனக்குத் தெரியுமா?

இவர நம்ம இடுகாட்டுக்குக் கொண்டு போகக் கூடாது! இதுதானே ப்ரச்சன, இவரு அனாதப் பொணமுனு நா ஒத்துக்க மாட்டேன், பாப்பான்சொடலக்குப்பக்கத்துல என்னோட சொந்த பனமரத்துகுண்டு இருக்கு, அந்த பனஞ்செய்யில இவரத் தகனஞ் செஞ்சுரலாம் என மதி யோசனை சொன்னவுடன், மதியுடன்மற்றநண்பன்கள், அதப்பத்தி ஒன்னுமில்ல அது வொன்னோட சொந்த நெலம், அது நல்ல யோசனைடா மதி, ஊருல எவென் கேட்டாலும் நாங்க இருக்கோம், நம்ம பாத்துக்குவோம் என்கின்றனர்.

மதியும் மற்ற நண்பன்களும், கட்டியிருந்து லுங்கிகளை அவிழ்த்து, அவர்கள் துண்டுகளை இடுப்பில் கட்டிக் கொண்டு, அவிழ்ந்த லுங்கியில் நான்கு லுங்கியை நன்றாக முறுக்கிவிட்டு, பலூன்காரருக்கு கால்பகுதி, இடுப்புப்பகுதி, தோள்பகுதி, தலைப்பகுதி என நான்கு லுங்கிகளையும் கீழே குறுக்கே கொடுத்து,

மெதுவாக கண்மாய்க்கு எதிர்புறம் உள்ள வயல்வெளிக்குள் தூக்கிச் செல்கின்றனர். அப்பொழுது பலூன்காரர் வளர்த்த குரங்கு இவர்களுக்கு பின்புரமே பாதையின் இருபுறம் மாறி மாறி ஓடிவருகின்றது. மதி கூறிய யோசனைப் படி, மதியின் சொந்த நில மான பாப்பான் சொடலைக்கு அருகிலுள்ள பனஞ்செய் எனப்படும், பனங்குண்டில் கொண்டுவந்து இறக்குகின்றனர்.

பலூன் காரரைக் கொண்டுவந்து இறக்கியவுடன், மற்ற காரியமெல்லாம் மலமலவென நடக்கின்றது, மதியும், மதியின் நண்பர்களும், ஒருத்தன் பட்ட விறகுகளை ஒடிக்க, மற்றொருவன் காய்ந்த பன மட்டைகளை பொருக்க, ஒருவன் மண்ணெண்ணை தீப்பெட்டி, விறாட்டி வாங்க ஊருக்குள் வர – என வேலைகள் மும் முரமாக நடக்கின்றது.

ஊருக்குள் சென்ற மதியின் நண்பன், மண்ணெண்ணை, மற்றும் தீப்பெட்டி, இன்னும் ஊருக்குள் உள்ள மற்ற சில

நபர்களென அழைத்து வந்து பலூன்காரரை படுக்க வைத்து, பட்ட மரங்கள் மற்றும் மட்டை, விராட்டி அனைத்தையும் வைத்து களிமண் குலைத்துப் பூசப்படுகின்றது. பிறகு மதியின் கையால் கொள்ளி வைக்கப்படுகின்றது.

ப்ரேதத்தில் கொள்ளி வைக்கப்படும் முன்பே, பலூன்காரர் வளர்த்த செல்லப் பிராணியான குரங்கு, அருகிலுள்ள பனையில் ஏறி, சடலம் எரிந்து கொண்டிருப்பதை உன்னிப்பாக கவனித்துக் கொண்டே இருக்கின்றது. அந்த அஃறிணைக்கு உறவென, இருந்த ஆறறிவு ஜீவன், பகிர்ந்துகொண்ட பாசமும் அன்பும் பாதியிலே போனதென்று, வீதியிலே அடித்தழுதால் நீதி எங்கே இறைவா என, நிலத்தில் கால் படாமல், மரத்துமேலே அமர்ந்துக் கொண்டு மயானமாக எரிந்து கொண்டிருக்கும், பலூான்காரரின் பாசமான சடலத்தைப் பார்த்தபடியே இருக்கும் குரங்கு!

பாரதத்தில் பத்தினிகள் உடன்கட்டை ஏறுவதை பார்த்ததில்லை என்றபோதும், நாம் கேட்டறிந்ததைப் போல நம் கண்ணெதிரே எரிந்து, சாம்பலாகிக் கொண்டிருக்கும் சடலத்தில் குதித்துவிடுமோ? என மதி மற்றும் மதியின் நண்பர்களுடன், குழுவாக குளத்துக்கு மீண்டும் தீட்டுக் கழிவதற்காகத் தலை முழுகப் போகின்றனர்.

பனிரெண்டு, பதிமூன்று வருடங்களுக்கு முன், பரிதாபமாக, இறந்த பலூான்காரரின் சாவைப் பற்றிய விபரம் நிதானமாகக் கூறியது, தற்போதைய நிகழ்வைப் போல் முடிந்தபின், நிசப்தமாக தற்பொழுது, கண்மாய்க்கரையில் உட்கார்ந்திருக்கும் மதி கூறிய செய்திகளைக் கேட்டு, மதியின் நண்பர் பஞ்சாப் என்ற பங்காளி அழகு-விற்கு ஆச்சரியத்துடன் சோகம் கலந்த அதிர்ச்சியைக் கொடுக்கின்றது.

மதியின் கண்கள் கலங்கிச் சிவந்து, மயானத்தையும் கண்மாயையும் மாறி, மாறி மௌமாகப் பார்க்கின்றன. வருடம்

பன்னென்டாகியும், அவரோட மரணம் இன்னும் வொன்னோட மனநெலய பாதிக்குதா? பங்காளி? என மதியிடம் அழகு கேட்கின்றார்.

பெத்தோம், வளத்தோம், கூடப்போறந் தோமுனு போலியான ஒறவுகளுக்குள்ள பொதஞ்சு போறதவிட யாருக்கும் நாதியே இல்லங்குற எடமில்லாம, நாம பாதி உயிரக் கொடுத்தாலும் பரவால்ல, இந்தச் சாதி வெறியனா இருந்து, என்னத்தச் சாதிக்கப் போறோம் பங்காளி! என, ஒரு பகுத்தறிவாளன் போலப் பேசி, பங்காளி அழகுவை எழுப்புகின்றார் மதி.

மதியும், பங்காளி அழகுவும் அப்படியே மெதுவாக நடந்து வருகின்றனர். வரும் பொழுது சத்தரத்தூரணிக்கு எதிர் புறம் உள்ள பாலை மரத்தருகே வந்ததும், இருவரும் அந்த மரத்தின் நிழலிலே நிற்கின்றனர்.

பாலை மரத்தின், சின்னஞ் சிறிய மஞ்சள் பழங்களை சிறுவயதுகளில் வந்து

பொருக்கித் திண்பத்தைப் பற்றிப் பேசிக் கொண்டு இருவரும் சந்தோஷப்பட்டு, மதி கூறுகின்றார், பங்காளி இந்தப் பால, வீர மரங்கெல்லாம் அழிஞ்சு போச்சு பங்காளி என வருத்தத்துடன் சொல்கின்றார்.

இப்படிப் பேசிக் கொண்டிருக்கும் பொழுது, பங்காளி அழகு! மதியைப் பார்த்து, அந்த பலூன்காரரப் பத்தி வொனக்குத்தேன் முழு வெவரமும் தெரிஞ்சிருக்க வாய்ப்பிருக்கு. நீந்தேன் அவருக்கிட்ட ரொம்பவும் நெருக்கமா இருந்தே. அவரு எந்த ஊரு, அவரு வாழ்க்கெ எப்படி? இதெல்லாம் ஒரு நாளு கூட அவருக்கிட்ட கேட்டு தெருஞ்சுக்கலயே.

வொனக்கு அதப்பத்தி ஏதாவது வெவரம் தெரியுமா பங்காளி? – என்கின்றார்.

மதி: உடனே பெருமூச்சுடன், அவரு ஏறக்கயில அவருக்கு வயசு அறுவத்தி அஞ்சு இருக்கும் பங்காளி. அவரு எறந்து

பதிமூனு வருசமாச்சு. அவரு எறக்குறதுக்கு முன்னாடி ஒரு பதினேழு வருசமிருக்கும்.

அதாவது எனக்கு பத்து வயசுல ஒரு நாளு அவருக்கிட்ட அவரு கதய கேட்டேன்.

பந்தடிப் பொட்டல்ல யாரு வெளயாண் டாலும் நா பெரும்பகுதி, பாலூன்காரத் தாத்தாகிட்டேயே போய்த்தான் பேசிக் கிட்டிருப்பேன். அது வொனக்குத் தெரியுமுல.

அப்படித்தான் ஒரு நாளு யதார்த்தமா பேசிக்கிட்டு இருக்கும்போது, அவரப் பத்தின வெவரத்தயெல்லாம்' எனக்கு வெலாவாரியா எடுத்துச் சொன்னாரு.

பலூன்காரர் மதியிடம், மதி சிறுவனாக இருக்கும்பொழுது தான் யார், தன் வாழ்க்கை எப்படி? என்கின்ற விபரத்தைத் தெளிவாகக் கூறியது தற்பொழுது நிகழ்வுகளாகின்றது. பந்தடிப் பொட்டலில், மும்முரமாக கால்பந்து விளையாட்டு கலை கட்டுகின்றது!

மதி, எப்பொழுதும் போல் பலூான் காரர் குடியிருக்கும் வீட்டை நெருங்கு கின்றான். வீட்டிற்குள் நுழைந்ததும், வீட்டிற்குள் ஒரு மூலையில் குமிட்டி அடுப்பில் கருவாட்டுக் குழம்பு கொதிக்கின்றது. மற்றொரு உமி அடுப்பில் மைதா மாவுப் பசை காய்ச்சுவதற்காக தண்ணீர் கொதிக்கின்றது.

மற்றொரு மூலையில், என் வருமையை வாசித்துக் கொள்ளுங்கள் என, வரிச்சி வரிச்சியாகத் தெரியும் நெஞ்செலும்புடன் சட்டை ஏதும் அணியாது, வழியும் வியர்வையை, வைத்திருக்கும் குத்தாலம் துண்டில் ஒத்தி, ஒத்தி துடைத்துக் கொண்டே. குட்டை, குட்டையாக நரைத்த தலை முடியுடன் விதைப்பு சரியாக முளைக்காத நாற்றங்காலைப்போல, அங்கு கொஞ்சம் இங்கு கொஞ்சமென திட்டுத் திட்டாக, பொட்டல் பொட்டலாக, உப்பையும், மிளகையும் சிந்தியது போல! பாதி நரைத்தும், பாதி நரைக்காமலும்,

குருந்தாடியுடனும், முத்துக்களை தோண்டி அள்ளும் பல்லாங்குழிகளைப் போல அவர் தோளின் இரண்டு புறம், குருக்கெலும்பு தெரியும் அளவிற்கு இரண்டு குழிகளும் சற்று தூக்கலாக உள்ள குரல்வளைச் சங்கு, பேசுவதற்கேற்றாற்போல் மேலும், கீழும் மெல்ல அசைந்து மெட்டுப் போடுகிறது.

காய் பழுத்து, காம்பு சிறுத்து!

விழும் பழம் போல் அல்லாமல் மரத் தூரில் கிடக்கும் வெம்பிய மாங்காய் போல சூம்பிச் சுருங்கிய ரெண்டு கண்ணங்களும்,

வறுமையில் காரணமாக!

வாக்கப்படுவதற்கு முன்னமே வயிற்றில் வாங்கி, கண் காணாத இடத்திற்குப் போய் கருவைக் கலைத்து, ஒட்டி ஒடுங்கிய தட்டுக் கெட்டவளின் வயிரைப் போல பலூன்காரரின் வயிறு உள்ளோடிக் கிடக்கின்றது.

போனவாரச் சந்தையில் வாங்கி, வருகின்ற சந்தைக்கு முதல் நாள்

சமைப்பதற்காக, வீட்டு அடுப்படிக்குள் சணலில் கட்டித் தொங்கவிட்ட புஷ்டி இல் லாத புடலங்காய் போல மெலிந்து போய் இருக்கின்றன அவருடைய கையும் கால் களும்,

சமாதானத்தையே வேண்டும் சாந்த மான புறாவின் கண்களைப் போன்று, அடர்த்தியான புருவ மயிர்களுடன், தீட்சையான பார்வையோடு ஒரு தீர்க்கதரிசி போல அவர் அமர்ந்துகொண்டு,

பழைய செய்தித்தாள்களை ஒன்றன் மேல் ஒன்றாக ஒட்டி, அதை வெட்டி வெட்டி செய்து கொண்டிருக்கும் காகிதக் காத்தாடியை ஒவ்வொன்றாக இவர் ஒட்டி ஒட்டிக் கொடுக்க. அதை எடுத்தெடுத்துக் கொண்டுபோய், வீட்டின் வெளிவாசல் புறம் விழும் வெயிலில் காய வைப்பதற்காக, குளிப்பாட்டி விட்டபடி, சட்டை ஏதும் போட்டுவிடாமல், இடுப்பில் கட்டியிருக்கும் ஒற்றைக் குண்டுமணி, குலுங்கிக் குலுங்கி ஒலியெழுப்ப, குடுகுடுவென நடந்து சென்று

வைத்துவிட்டு, அரைஞான் கயிற்றில் வெள்ளி அரச இலையைக் கோர்த்து, அகட்டி வைத்த கால்களோடு, அம்மணக்கட்டையாக மண்ணை விரலால் குத்திக்குத்தி, மழலை மாறாது வாயால் முக்கியபடியே, வரும் வழியில் விளையாடிக் கொண்டிருக்கும் சிறுமிபோல,

வீட்டின் வாரம் நிழலாக விழும் இடத்தில் குத்தவைத்துள்ளது 'ஜிமிக்கி' – என்ற புருவத்தில் மை இட்டு, புது பிளாஸ்டிக் தோடணிந்து, பருவந்தொட்ட வயசிலும், வெறும் உடம்பை வெட்ட வெயிலில் 'ஐஸ்வர்யா ராய்' போல் அழகாகக் காட்டிக் கொண்டே நாம் மறந்தாலும், மறுக்க இயலாத நம் மனித இனத்துக்கு முன்னோடியான மங்கி எனப்படும் தங்கமான குரங்கினத்திற்குப் பிறந்த குரங்கொன்று. வீட்டின் வெளிப்புறம், மற்றொரு சுவரில் சாத்தியுள்ள சைக்கிளில், கேரியரின் பக்கவாட்டிலும், ஸ்டேயிலும்

பழைய இரும்பு கடையில் வாங்கிய லாரி ஸ்டயரிங் கயிறால் கட்டியுள்ளது.

துணிகளில் சுற்றியுள்ள சைக்கிளின் சீட்டிற்கும், ஹேண்டில் பாருக்கும் கீழே "பார்" – என்ற சைக்கிள் பாரில்,

வியாபாரத்திற்குச் செல்லும்போது, வியாபாரம் செய்யும் இடத்தில், பலூன் களையும், விளையாட்டுப் பொம்மைகளையும் மாட்டி வைக்கும் மூங்கில் சப்பைகளால், சதுரமாகச் செய்த வெறும் தட்டியுடன் இணைத்த, ஒரு ஆள் உயர் மூங்கில் கம்பு, கயிறினால் கேரியரின் பின்புறம் தட்டிப் பகுதியை ஒருகணிச்சு, நீளமான மூங்கில் கம்பை, சைக்கிளின் முன்பகுதி நீட்டிக் கொண்டு இருப்பதுபோல, "பாரில்" கட்டி, ஸ்டான்ட் போடால் சாத்தி வைக்கப்பட்டுள்ளது சைக்கிள்,

அரை அங்குலம் அகலம் வைத்து, நெட்டு நெட்டாக வெட்டிய மெலிதான அட்டைகளை, விட்டம் மூன்றரை அங்குலம்

வைத்து வட்ட விட்டமாக ஒட்டி, ஒட்டி இரண்டையும் ஒன்றாகச் சேர்த்து, அதில் சிகப்புக் கண்ணாடி பேப்பர்களை ஒட்டி, தலைப்பகுதிமாட்டிக்கொள்ளசிறியநீளமான ரப்பர்களை கட்டி கட்டி, சிறுவர்களுக்கான மூக்குக் கண்ணாடி தயார் செய்து ஒரு பகுதி கொஞ்சம் கிடக்கின்றது.

பச்சைக் குருத்துக்களை வெட்டி வந்து, பனை ஓலைக்குருத்தில் செய்த காத்தாடிகள் கொஞ்சம் கிடக்கின்றன.

உள்ளே நுழைந்த மதியை!

பலூன்காரர்: வாய்யா... மதி – என்கின்றார். அவனும் எப்பொழுதும் போல தலையை ஆட்டி விட்டு, பலூன்காரரிடம் பேச்சுக் கொடுக்க ஆரம்பிக்கின்றான்.

ஆமா தாத்தா... பெரும்பகுதி பங்குனி கடசியிலேர்ந்து ஆடி, ஆவணீன்னு இந்த ஆறு மாசத்துலதான் திருவிழா!

விசேஷமுனு நடக்கும் மத்த மழக் காலமான ஆறு மாசம், ஆட்டுக்கால் சூப்புப்

போட்டு விக்கிறீங்க. இது ரெண்டலயும் வொங்கலுக்கு புடுச்சது எது தாத்தா எனக் கேட்கின்றான்,

இவரு லேசா சிரித்துக் கொண்டே, அதுவா மதி!

சூப்பு விக்குறது – பக்கத்து ஊரு கடத்தெருவோட முடுஞ்சு போகும். பலூன் விக்குறது – பட்டி தொட்டி, டவுனு பல ஊர் போயி, வொன்னைய விட சின்னப் புல்லங் களோட அன்பா பேசி அதுங்களுக்கு யாவாரம் பன்னுறதுல எனக்கு ஒரு சந்தோஷம் இருக்கு.

அதுபோக...

இந்த பலூனு விக்குற தொழிலு – ஏ அப்பனப் பெத்த கெழவென், என் அப்பென் நா என பொறந்து வளர்ந்ததுலேர்ந்து, பல வண்ணம், வண்ணமா பலூனுகளைப் பாத்து பாத்து அந்த யாவாரம் எனக்கு புடுச்சுப் போச்சு என்கிறார்.

மதி எப்போதும் போல், சரி தாத்தா! எனக்கு எப்போதும் போல, வாடிக்கையா

ஏதாச்சும் வேல வைச்சுருப்பீங்களே, இன்னைக்கு என்ன வேலை வச்சிருக்கீங்க என்று கேட்கின்றான்.

வொனக்குன்னே ரெண்டு வேலய ஒதுக்கி வைச்சிருக்கேன் ராசா! என வேலையை சொல்கின்றார்.

கனமான பலூன்களில், கடுகு கொஞ்சம் அள்ளிப்போட்டு, கைப் பம்பால் காற்றை அடித்து அடித்து, கட்டையான நூலை தைத்து, ஒரு அடி நீளமுள்ள சம்பங் குச்சியில் கட்டி கட்டி ஒரு ஓரமாக வைக்கின்றான்.

அவ்வாறு மதி காற்றை அடித்து நிரப்பும் போது, ஒன்று ரெண்டு பலூன்கள் படார், படார் என வெடித்துப் போய் விடுகின்றன. மற்றொன்று, ஒருச்சான், ஒருச்சான் நீளமான இரண்டு சிறிய மூங்கில் குழல்களை, இணைத்து செய்த பீப்பியில் மெலிதான பலூனை மாட்டி, அதை வாயால் ஊதி, ஊதி பெரியதாக்கி, மூச்சு முழுவதும்

மெதுவாக வெளியேறும் போது, அது மெல்ல ப்பா.... ம்....ம் என்ற நீண்ட சத்தத்துடன் அடங்குகின்றது.

இது செய்து செய்து, மதி ஒரு ஓரமாக சரிபார்த்து அடுக்கிக் கொண்டுள்ளான். இடை இடையே, பலூன்காரர் முன்னே செய்து வைத்திருந்த மூங்கில் புல்லாங்குழல் களை ஊதி, ஊதி சரி பார்கின்றார்.

இப்படி, மண்ணில் செய்து, இரண்டு பக்கமும் காகிதம் ஒட்டிய குடு குடுப்பைகளை சோதனை செய்வது, பனை ஓலைகளை முடைந்து கொட்டான்களை போல, அதில் குச்சியைப் பொருத்தி செய்த கிலுகிலுப்பைகளை ஆட்டி ஆட்டி சோதனை செய்வது, பனை ஓலையிலும், காகிதத்திலும் செய்த காத்தாடிகள் காற்று வீசும்போது டர்... டர்... டர்... சர்... சர்... சர்... என ஓடிக் கொண்டிருக்கும் ஓசைகளும்.

இன்றைய சூழல் போல், துப்பாகி களும், மெசின் கண்களும் இல்லாத காலமாகவும். நவீன மயமாக்கப்பட்ட

பிளாஸ்டிக் பொருள்கள் அதிகம் இல்லாமல், இயற்கையாகச் செய்த கைவினைப் பொருள்களாகக் கிடக்கின்றன.

இந்தச் சூழலில் பலூன்காரர் வீட்டில் எப்படி வயதானவர்களும், உட்கார்ந் திருந்தால் ஒரு குழந்தையைப் போல மாறக் கூடிய மென்மையான சூழலாக, சங்கீதம் கேட்டுக் கொண்டிருப்பதைப் போல சாந்தமாக மனதுக்கு அமைதியைத் தருகின்றது.

இப்படி மதியும், பலூன்காரரும் பேசிக் கொண்டே வேலைகள் நடந்து கொண்டி ருக்கையில், பலூன்காரர் துவைத்துப் போட்ட ஜிமிக்கியுடைய சட்டையையும், ட்ரவுசரையும் காய்ந்தவுடன் எடுத்துக் கொண்டு ஜிமிக்கி பலூன்காரர் அருகில் வந்து கொடுக்கின்றது.

பலூன்காரர் அதை வாங்கிக் கொண்டு, செல்லமாக ஜிமிக்கியைப் பார்த்து- வொன்னய எத்தென தடவயா மண்ணுல கைய வைக்காதன்னு சொல்லி

யிருப்பேன் என ஜிமிக்கியின் தலையை செல்லமாக வருடிக் கொடுத்தபடியே, அதனுடன் பேசுகின்றார்.

ஜிமிக்கியும் சம்மனம் போட்டு உட்கார்ந் திருக்கும் பலூன்காரரின் வயிற்றில் விலாப் பகுதியில் தன் தலையை செல்லமாக மோதிக் கொண்டு உரசி விளையாடுகின்றது. விளையாடும் ஜிமிக்கியை பிடித்து, பலூன்காரர் அதனுடைய சட்டையையும் , ட்ரவுசரையும் அணிந்து விடுகின்றார்.

மதி பலூன்காரரைப் பார்த்து – தாத்தா... தாத்தா... இந்த ஜிமிக்கியை ரொம்பவும் செல்லமா வொங்க புள்ளயப் போல வளக்குறீங்களே என்கின்றான்.

பலூன்காரர் உடனே! ஆமா மதி, நா என்னெக்குமே தனிமயா இருக்கோமே? என நெனக்குறதுக்கு வேலயே இல்லாம, எனெக்கு ஆதரவான ஜுவனா இதெப் பாத்துக்கிறேன்.

ஒருக்கால் எனக்கு புள்ள இருந்துருந்தாக்கோட இப்படி அம்பா

இருந்துருப்பேனா? என எனெக்குத் தெரியல.

எல்லாரும் என்னெ கொரங்காட்டி கொரங்காட்டீனு கூப்புடுறாங்க. ஆனா, அது உம்ம இல்ல, அது வொனக்கே தெரியுமுல.

நா பலூனு விக்குறதத்தேன் ஏ வகுத்துப் பொழப்பா நடத்துறேனே தவிர, இந்த ஜிமிக்கிய ஏ செல்லமா பாத்துக்குறேன் என்கின்றார்.

பேச்சு நீண்டு கொண்டே போகும் போது, திடீரென, மதி பலூன்காரரைப் பார்த்து, ஆமா... தாத்தா வொங்களுக்கு கல்யாணமே பண்ணலயா? நீங்க பொறந்து, வளர்ந்தது எல்லாமே இந்த ஊருதானா? இல்ல வேற ஊரா என சின்னப் புள்ளத் தனமாக கேட்கின்றான்.

ஆனால், பலூன்காரருக்கு கோபம் ஏதும் வராமல், மதியை ஒரு ஆச்சரியக் கண்ணோடு பார்க்கின்றார். பார்த்துக்

கொண்டே, அது ஒரு பெரிய கதய்யா... என மதியை பார்த்து பலூன்காரர் சொல்கின்றார்.

மதி உடனே அவரைப் பார்த்து, சரி தாத்தா... வொங்களுக்கு சொல்ல இஸ்ட்டமில்லயினா வேண்டாம், வொங்க ஊராவது எதுனு சொல்லுங்க தாத்தா என்கின்றான்.

ஒரு ஐந்து நிமிடங்கள் அவர் கண்களை மூடி மௌமாக இருந்துவிட்டு, நா பொறந்து சிறு புள்ளயா எளம்பிராயத்துல வளர்ந்தது ராமநாதபுரம் ஜில்லாவுல இருக்குற

"யாதும் ஊரே யாவரும் கேளிர்" அப்படீங்குற பாட்ட எழுதுனாரே, கனியன் பூங்குன்றனார், அவருவுட்டு ஊரான பூங்குன்றம் என்ற ஊருக்கும், திடுவாடனை என்ற ஊருக்கும் மத்தியில இருக்கிற குடமுருட்டி என்ற குக்கிராமந்தான் ஏ ஊரு என்கின்றார்.

மதி பலூன்காரரைப் பார்த்து! தாத்தா... தாத்தா... அப்புடீன்னா என்னெய

அந்த ஊருக்குக் கூட்டிப் போங்க தாத்தா என்கின்றான். பலூன்காரர் மதியைப் பார்த்து இத்தென வருசம் கழிச்சா? என்கின்றார்.

மதி பலூன்காரரைப் பார்த்து, இத்தென வருசஞ்கழிச்சுன்னா?

எத்தென வருசமானான்னெ, அங்கெ போயி பாத்துட்டு வரலாம் வாங்க தாத்தா என்கின்றான்.

பலூன்காரர் மதியைப் பார்த்து விடமாட்டே போல, என தன் தலையை லேசாக கோதிக் கொண்டே, தன் கழுத்தைச் சாய்த்துத் தடவிக் கொண்டும், காது மடலை இழுத்து இழுத்து நீவிக் கொண்டும் பேச ஆரம்பிக்கின்றார்.

எனக்கு வயசு இப்ப எப்படியும் நாப்பத்தெட்டு இருக்கும். நா எனெக்கு பதினெட்டு வயது முடிஞ்சதும், ஏ ஊர விட்டு இங்கே வந்தேறும் குடியா வந்து, கிட்டத்தட்ட

இந்த மருதனூரு மண்ணுல இந்நாளு வரக்கும் முப்பது வருசமா வாழ்ந்துக்கிட்டு இருக்கேன் என்கின்றார்.

இவ்வாறு கூறிய பலூன்காரர், மத்த மிச்ச மீதிக் கதயெல்லாம் அப்புறம் சாவகசமா இன்னொரு நாளைக்கு சொல்றேய்யா மதி என்கின்றார்.

மதி அவரை விட்டபாடில்லை, அப்ப சரி தாத்தா. மிச்சக் கதய, நீங்க வொங்க ஊருக்கு எண்ணெயக் கூட்டிக்கிட்டு போயி சொல்லுங்க என்கின்றான்.

பேசிக்கொண்டே மதி, அப்ப எப்ப போகலாந் தாத்தா? என்கின்றான்.

வோங் கொறய தீக்கலயினா, இனி வோம் மண்ட வெடுச்சிடும் – என பலூன்காரர் மதியைப் பார்த்து கூறியபடியே, சரி... வொனக்காக வாரேன், அப்ப இந்த நாயித்துக் கெழம போமா? என்கின்றார்.

மதியும் எந்த மறுப்பும் இல்லாமல், சந்தோஷமா, சரி தாத்தா... சரி தாத்தா...

எங்க அப்பாக்கிட்ட சொல்லிட்டு இந்த நாயித்துக் கெழம கண்டிப்பா போவோம் என்கின்றான்.

பலூன்காரரிடம் அனுமதியைப் பெற்றுக் கொண்ட சந்தோஷத்தில் மதியும் விடைபெற்றுச் செல்கின்றான்.

ஞாயிற்றுக்கிழமை வந்ததும், சொன்னபடியே புதுச்சட்டை, டரவுசர் அணிந்து, தலையில் நன்கு எண்ணெய் தேய்த்து, ஒரு பக்கமாக வகிடெடுத்து குருவிக்கூடு மாடலில் தலைவாரி, நெற்றில் கட்டை விரலால் இட்ட இரண்டு புருவத்திற்கு நடுவே திருநீரு அல்லாத பவுடருடன் பலூன்காரரின் வீட்டை வந்தடைகின்றான்.

பலூன்காரரும் முன்பு பேசிக்கொண்ட படியே, ஜிமிக்கியுடன் புறப்பட்டு, பயணத் திற்கு தயார் நிலையில் உள்ளார்.

மதி வந்ததும், பலூன்காரர் மதியைப் பார்த்து, ம் போலாமா? எனக் கேட்டுக் கொண்டே. எப்பொழுதும் சட்டை அணியாதவர், அன்று ஒரு வெள்ளை

கதர் அரைக்கை சட்டையை, ஒரு கையில் மாட்டியபடியே மறு கையில் மாட்டுவதற்காக தயார் நிலையோடு, முக்கால் கால்களுக்கு ஏற்றிக் கட்டிய கதர் வேட்டியுடன் வீட்டை விட்டு வெளியே வருகின்றார்.

வெளியே வந்த பலூன்காரர், வயிரம் பாயாத வெள்ளடயான வாகை மரத்தை அறுத்து, வாகம் பலகை சட்டத்தால் செய்த, ஒற்றைக் கதவை இழுத்துச் சாத்த, அது இளம்பிறையில் வெட்டிய மரம் போல, அங்கங்கே வண்டு துளைத்து அதிலிருந்து மரத்தூளாகக் கொட்டுகின்றது.

சாத்திய கதவை தன் இடது கையில் ப்ரஸ்லாக் எனப்படும் அமுக்கும் பூட்டை, கதவின் கொண்டியில் போட்டு, தன் வலதுபுற உள்ளங்கையால் ஒரு அமுக்கு அமுக்கிப் பூட்டுகின்றார். அமுக்கிப் பூட்டிய பூட்டை, தன் இரண்டு கை விரல்களிலும் இழுத்துப் பார்த்துவிட்டு, சணலில் கட்டிய சாவியை, தன் இடுப்பில் உள்ள அரைஞான் கயிற்றில் பின்னிக் கொண்டு, வெளிக்கொடியில்

காயும் சிவப்புத் துணியில் கருப்புக் கட்டம் போட்ட கொட்டடித் துண்டை உதறி தன் தோளில் போட்டுக்கொண்டு, முதல் நாள் மாலையே கழுவி, வெளிப்புறச் சுவற்றில் சாய்வாக நிறுத்தியுள்ள காந்தி கிராம தோள் செருப்பை காலில் மாட்டிக் கொண்டு ஜிமிக்கியை தோளில் தூக்கி வைத்துக் கொண்டு,

சூரியனைப் பார்த்து அன்னாந்த படியே ஒரு வணக்கம்! செய்துவிட்டு, சுறுசுறுப்பாக நடக்க ஆரம்பிக்கின்றார். மதியும் அவர் பின்னாடியே சந்தோஷமாக நடக்க ஆரம்பிக்கின்றான்.

சிவகங்கை மாவட்டத்தைச் சேர்ந்த மருதனூருக்கு அடுத்துள்ள மாத்தூர் புகைவண்டி நிலையத்திற்கு டவுன் பஸ்ஸில் வந்திறங்கிய பலூன்காரரும் மதியும் மாத்தூர் வழியாகச் செல்லும் "இராமேஷ்வரம்" லோக்கல் புகைவண்டிக்கு டிக்கெட் வாங்கிக் கொண்டு காத்திருக்கின்றனர்.

உரிய நேரத்திற்கு புகைவண்டி வந்ததும், மதி, ஜிமிக்கி மற்றும் பலூன்காரர் மூவரும் வண்டியில் ஏறி அமர்ந்தவுடன் பயணம் தொடங்கி சிறிது தொலைவில் ஒரு பாலத்தைக் கடந்ததும், பயணம் போரடிக்காமல் இருப்பதற்காக மதியிடம் பலூன்காரர் தன்னுடைய கதையில் கொஞ்சத்தை சொல்ல முன் வருகின்றார். மதியும் அதைக் கேட்க ஆவலாகின்றான்.

எங்க ஆத்தா, அப்பெனுக்கு நா ஒருத்தந்தான். ஏ அப்பென் என்னெய மாதிரியே! பலூன் விக்குறதத்தேன் தொழிலா பண்ணிக்கிட்டுருந்தாரு.

ஏ ஆத்தா எங்க அப்பொங்கூடப் போயி திருவிழாக் காலங்கள்ள பச்ச குத்துற தொழில செஞ்சுக்கிட்டு பொழப்பு நடத்திக்கிட்டு இருந்தோம்.

ஏ அப்பனோட கூடப் பொறக்காத, அவரோட சின்னத்தா மகெ, அதெ பக்கத்துக் கிராமத்துல கட்டிக் கொடுத்துடுந்தாங்கெ.

அது வேல வெட்டிக்குப் போகயில, அதோட நடவடிக்கை ஏதுஞ் சரியில்ல, ஒழுக்கத்த கிலோ என்ன வெள அப்பமுன்னு கேக்குறமாதிரியே இருந்துச்சு.

அதோட வீட்டுக்காரரும், சொல்லித் திருத்தி கண்டிச்சு கண்டிச்சு, கம்பால அடுச்சும் பாத்தாரு, வொன்னும் அசஞ்ச பாடில்ல, பச்சப் புள்ளயினுகோட பாக்காம, அதுக்கு ஆறுவயது இருக்கும் போது அதை அப்பெங்கூட விட்டுப்புட்டு, எவெங்கோடயோ பரதேசம் போச்சு.

அழகு பெத்த அந்த ஆறுவயது புள்ளபேரு 'மேகவண்ணம்'.

அந்த ஓடுகாலிய இனிமேத் திருத்த முடியாதுன்னு தொலச்சுத் தயல முழுகி, அதோட வீட்டுக்காரர் அந்த அவமானந்தாங்க முடியாம, பக்கத்து முந்திரிக்காட்டுல விக்குற கள்ளச் சாராயத்த வாங்கி வாங்கி குடிச்சுக் குடிச்சு முழுநேரக் குடிகாரனா

மாறி, ஆறு வயசு நடந்துகிட்டு இருந்த இந்த புள்ளய அனாதயா விட்டுட்டுச் செத்துப் போயிட்டாரு.

அப்புறம், அந்தப் புள்ளக்கு எந்த ஆதரவும் யாரும் கெடயாது. அதனால எங்க அப்பனும், ஆத்தாலும் அனாதயாப் போன ஆறு வயசு அழகு பெத்த மேக வண்ணத்த எங்க வீட்டுக்குத் தூக்கி வந்து, நா படிக்கப்போன பக்கத்து ஊரு பள்ளிகொடத்துலேயே சேத்துவிட்டாங்கெ.

அது ஏங் கையில் புடுச்சுக்கிட்டே தொணத் தொணனு ஏதாச்சும் பேசிக்கிட்டே வரும். நாளஞ்சுகிலோமீட்டருக்குமேல உள்ள அந்த பள்ளிக் கொடத்துக்கு நடந்தேதான் போகணும். பஸ்சு வசதியெல்லாம் அப்பக் கெடயாது. நாங்க ரெண்டுபேரும் தனியா நடந்தே... போவோம். குடமுருட்டியில உள்ள மத்த பள்ளிக்கொடத்துப் புள்ளங் கல்லாம் எங்க ரெண்டு பேருக்கும் முன்னாடியே, கொஞ்சதூரம் எப்பவும் விட்டு வெலகியேதான் போவாங்க.

அதுபோகஅவெங்கெல்லாம்குடியான வங்கெ வீட்டுப் புள்ளங்க. ஒரே சாதி சனமுனு, ஏழ பாழயான எங்கள எப்பவுமே ஒதுக்கியேதேன் நடத்துவாங்கெ.

எனக்கும் மேகவண்ணத்துக்கும் ஒரே வயசு, ஒரே பள்ளிக் கொடத்துல அது ஆறாப்பு வரப் படுச்சுச்சு. நா எட்டாப்பு வரப் படிச்சேன்.

அதுக்கு மேலே, எங்க ஆத்தா, அப்பனால படிக்க வெக்க வசதி பத்தல. நா எங்க அப்பனுக்கு வொதவியா யாவாரத்துக்கு தேவயானத வீட்டுலேர்ந்தே செஞ்சு கொடுப்பேன்.

அது எங்க ஆத்தாலுக்கு வீட்டுல கஞ்சி தண்ணி காச்ச வொதவி வொத்தாசயா இருந்துச்சு.

இந்தமாதிரி வாழ்க்க போயிக் கிட்டுருக்கயில, எனக்கும் மேக வண்ணத்துக்கும் பதினெமு வயசு. நடக்கும் போது, எப்போதும் போல ஏ ஆத்தாலும் அப்பனும் பக்கத்து ஊருத் திருவிழாவுக்கு

யாவாரத்துக்குப் போயிட்டு, ரெண்டு பேரும் சைக்கிலுலே வந்துக்கிட்டு இருந்தப்போ, ஒரு லாரிக்காரன் குடுச்சுப்புட்டு லாரிய ஓட்டி, லாரியில அடுச்சுப் போட்டுட்டு ஓடிப்போயிட்டான். உருவம் உருக்கொலஞ்சு, துணி மணியையும் சைக்கிளையும் வச்சு, இது எங்க ஆத்தா அப்பெந்தேன்னு கண்டுபிடிக்கும் படியா நெலம ஆகிப்போச்சு.

மேக வண்ணமும், நானும் அனாதயா அழுதுக்கிட்டு நிக்குற சூழல்ல, யாரோட ஆதரவும் இல்லாம ஊருக்கே ஒதுக்குப்புறமா உள்ள அந்த ஒத்தக்குச்சுல, நெஞ்சுல இடி விழுந்த மாதிரி கொஞ்ச நெஞ்சப் பாடுல்ல.

கட்டுன கணவனாவும், கையெடுத்துக் கும்புடுற கடவுளாவும், பெத்த அப்பனாவும் பெறாத ஆத்தாவாவும் சொப்பனத்துல கோட – அவளுக்குச் சோதன வரக்கூடாது "முப்பொழுதும் நா முழுச்சே கெடக்க!"

கயத்துல மஞ்சலக் கோத்து, அது கழுத்துல மூணு முடுச்சுப் போட்டு கலியாணங் கிலியானமுனு எங்கெயும் போகல, எந்தெ ஏற்பாடுமில்லாம ஒறவுமில்ல ஊருமில்லங்கிறது மாதிரி.

நானும் அவளும், குருவிக் கூட்டப் போல குடும்ப நடத்த ஆரம்பிச்சோம். அவ வீட்டப் பாத்துக்குன்னா. நா பழயபடி ஏ அப்பென் மாதிரியே வண்டிய ஓட்ட ஆரம்பிச்சேன், என பலூன்காரர் சேதியைச் சொல்லி முடிக்க. எத்தனையோ புகைவண்டி நிலையங்களைக் கடந்துவந்ததும் அய்யாவூர் என்ற புகைவண்டி நிலையத்தை வண்டி வந்தடைகின்றது. மதிக்கு பசி கண்ணைக் கட்டுகின்றது.

பலூன்காரர் கூறிய கதையை சுவாரசியமாகக் கேட்டுக் கொண்டே வந்த மதி, பலூன்காரர் முகத்தைப் பரிதாகபமாகப் பார்க்கின்றான்.

என்னெ மதி பசியெடுத்துடுச்சா? – என்றபடியே, புகைவண்டியின் ஜன்னல் வழியே இரண்டு தயிர் சாதம், ஜிமிக்கிக்கு

வாழைப்பழம், தண்ணீர் பாக்கெட் இரண்டு என அனைத்தையும் வாங்கிக் கொண்டு, மதிய உணவை முடித்துக் கொள்கின்றனர்.

மதியும் பிறந்ததிலிருந்து அவனுடைய அப்பா அம்மாவை விட்டு பிரிந்து தனியாக, ஒரு பொழுதுகூட எங்கேயும் போன தில்லை. அவனுக்கு ஏதோ சந்தோசம் கலந்த வெறுமையாக இருக்கின்றது.

பலூன்காரர் மதியைப் பார்த்து, சரி மதி, நீ சத்த அசந்து தூங்கு, நானும் சத்த தலயச் சாக்கிறேன் என ஓய்வெடுத்துக் கொள்கின்றனர். ஜிமிக்கியோ தலையைச் சொரிந்தபடி, கொட்டாவி விட்டுக்கொண்டே பலூன்காரரின் தலைமாட்டுப் பகுதியில் உட்க்கார்ந்துகொண்டு ஜன்னல் வழியாக பார்த்துக் கொண்டே வருகின்றது. மாலை நான்கு மணி இருக்கும், குடமுருட்டி புகைவண்டி நிலையம் வந்ததும் வண்டி நிற்கின்றன.

பலூன்காரர் ஜிமிக்கி மற்றும் மதி மூவரும் இறங்கி நடக்க ஆரம்பிக்கின்றனர். கண்ணுக்கு எட்டிய தூரத்தில் வெட்ட வெளியாக, வெயிலரிக்கும் பொட்டலில் புழுதியைக் கிளப்பிக் கொண்டு, காற்று கண்ணுக்கு தெரியும் தூரம் கடந்து மறைகின்றது. நடக்க, நடக்க காணல் நீரைக் கண்டுகொண்டே வருகின்றனர்.

புகைவண்டி நிலையத்திலிருந்து ஒரு பர்லாங் வந்ததும், குடமுருட்டி உங்களை அன்புடன் வரவேற்கின்றது என்ற பெயர் பலகை.

ஊரில் உள்ள காதலர்கள் பெயரெல்லாம், கரியால் கிருக்கப்பட்டு, கட்டிடம் என சிரமப்பட்டு ஒத்துக்கக் கூடிய, ஒரு சிறிய நிழற்குடையான பேருந்து நிறுத்தத்தில் சிக்கித் தொங்குகின்றன. அந்த பெயர் பலகை மாட்டியுள்ள பேருந்து நிறுத்தத்தில், பெயர் பலகையின் பக்கங்களிலெல்லாம், பக்கத்து ஊர் மஞ்சுவிரட்டு நடத்த, மஞ்சள் நோட்டீஸ் ஒட்டியது.

மழையில் நனைந்து, மங்களாக வெளுத்து வெள்ளையாகி, கிழித்தும்

கிழிக்காமலும், அதில் ஒரு சில இடங்களில் மாட்டுச்சாணி வீசி எறிந்து, கை விரல்களால் வழித்து துடைத்துவிட்ட கறைகளும் வரிவரியாக ஆங்காங்கே காணப்படுகிறது. ஊருக்குள்ளே நுழையும் பாதையிலே, புளியமரத்தில் கைகளுக்கு எட்டாத உயரத்தில் தங்களை லியானார்டோ டாவின்சிக்கும் ஆன்டிவோர் காலுக்கும் பிக்காசோவிற்கும் நிகராக நினைத்துக் கொண்டு, பக்கத்து ஊரில் உள்ள ஓவியர்கள் வரைந்த தமிழ் திரைப்பட நடிகர்களின் ரசிகர் மன்றங்களின் பெயருடன் ஆணியில் அரைந்துள்ளது.

அதில் வரையப்பட்டுள்ள ஓவியங்கள் அனைத்துமே இவர் இன்னார், இவர் இன்னார் என நாமே அனுமானமாகப் புரிந்து கொள்ளும் அளவிற்கு அவலட்சனமாக வரையப்பட்டுள்ளது.

கதிகால்கள் அனைத்தையும் கழட்டி விட்டு, அரைத்து வரப்பட்ட அரை மூடை கருக்காய் தவிட்டுடன், பாதையோரமாகப் பாரம் ஏற்றும் மொட்டை வண்டி அவிழ்த்து,

பூமி தாங்கிக் கட்டை புல்தரையில் குத்தியபடி நிற்கின்றது.

பக்கத்து கிராமத்திலிருந்து கொல்லுப் பட்டறை ஆசாரி கொண்டுவந்த கட்டை விரல் கனமுள்ள நூல் கயிற்றை காற்றை கிழிக்கும் அளவிற்கு நேக்கா, இரண்டு சுற்றிச் சுற்றி நிலத்திலிருந்து நம் நெற்றி மட்டத்திற்கு ஒரு பிடி மேலே உயரமாக, கழுத்தைத் தூக்கிக் கொண்டு, காது இரண்டையும் விடைத்தபடி திமிலில் உட்க்கார்ந்து ஈ கடிக்க, திடீரென திமிரிக்கொண்டு முழு உடம்பையும் ஒரு குழுக்குக்குழுக்கி, முடியெல்லாம் நட்டுக் கொண்டு புல்லரிக்கும்போது ஆசாமி சுற்றிவிட்ட கயிறு மாட்டின் முதுகுக்கு மேலே விழுந்து, வயிற்றுப் பகுதி வந்ததும் கயிற்றை லாபகமாக பிடித்து கயிறை நன்கு இரண்டு கைகளாலும் மல்லுக்கட்டி இறுக்கி, மாட்டை அப்படியே அழாக்காக மல்லாத்திப் போடுகின்றார்.

மல்லாத்திக் கிடக்கும் மாட்டின் நான்கு கால்களையும் எக்ஸ் வடிவத்தில்

கயிற்றால் கட்டி, கால்கள் இரண்டையும் கவட்டைபோல் விரித்தபடி, கையிலிருக்கும் பிடி நீண்ட கனமில்லாத சிறிய சுத்தியலில், எச்சிலைத் துப்பி மண்ணில் ஒரு தேய் தேய்த்தபடி லாரி ட்யூபை வெட்டிச் செய்த ரப்பர் பையிலிருந்து எடுத்த லாடம் கட்டும், கொண்டையுள்ள கூர்மையான நீண்ட ஆணியை, தன் இடது கட்டை விரலில் பிடித்துக் கொண்டு சுண்டுவிரலால் தடவி நீவிப்பார்த்தபடி, குணிந்த தலையோடு, ஒரு சிறிய மரக்கட்டையை மாட்டின் கால் குலம்பிற்கு இடையில் அடையாகக் கொடுத்துக் கொண்டு தன் வலது கையிலிருக்கும் சுத்தியலால், ஆணியின் கொண்டையில் பட்டும் படாததுபோல அவர் அடித்து அடித்து வீசுவது, கவட்டையாக விரித்து நிற்கும், தன் கால்களுக்கு இடையே உள்ளேயும் வெளியேயும் முன்னும் பின்னு மாக போய் போய் வருகின்றன.

அடித்த லாடத்தின் தலவை அப்படியே தட்டித் தட்டி வளைத்து விட்டும், அடித்த

ஆணியின் கூரை, மாட்டின் கால் குலம்பில் மரவிட்டை போல, அப்படியே சுத்தியலால் சுருட்டி விடுகின்றார் கொல்லாசாரி.

லாடம் கட்டிய மாட்டுக் குலம்புகளில், கொஞ்சம் மண்ணெண்ணையை ஊற்றி விட்டு, கட்டியிருக்கும் கட்டை அவிழ்த்து விட்டதும், காச்சாரு வெட்டிக் கொண்டு எழுந்து நின்றமாடு, கால்களை வெட்டி வெட்டி உதறுகின்றது.

மதி அதை அதிசயமாகப் பார்க்கின்றான். பலூன்காரரும், அவன் ரசனைக் கேற்பவும், விருப்பத்திற் கினங்கவும் அந்த இடத்தில் கொஞ்ச நேரம் நிற்கின்றார். அந்த இடத்தில் நிற்கும் வண்டிக்காரருக்கோ, மாட்டுத் தரகருக்கோ இவரை சரியாக மட்டுப்படவில்லை.

மெதுவாக பலூன்காரரும் மதியும் நடந்து, ஊருக்கு சற்று ஒதுக்குப் புறமாக உள்ள, கால்வாய் ஓரமாக உள்ள,ஒரு மணற் திட்டில் போய் நிற்கின்றனர். அந்த மணற்

திட்டு முழுவதும் ஆடு மாடுகள் மேயாத ஆனாஞ் செடிகளாக முளைத்திருக்கின்றன.

ஆனாஞ்செடிகளாக முளைத்துள்ள அந்த இடத்தைச் சுட்டிக் காட்டி, மதியிடம் பலூன்காரர் இதுதான் மதி இதுதான் மதி என லேசாக கண்கள் கலங்கிவிடுகின்றார். கலங்கிய கண்களுடன், இதுதான் நாங்க வாழ்ந்த நத்தம் பொறம்போக்கு நெலம்.

இந்த எடுத்துலதான் நாங்க, குச்சுக்கட்டி, எங்க தாத்தன், அப்பென் காலத்துலேர்ந்து வாழ்ந்துகிட்டு இருந்தோம் என பலூன்காரர் அந்த இடத்தையே சுட்டிக் காண்பித்தபடி கதை ஏதோ சொல் வது கடந்த காலத்தில் நடந்த முடிந்த சம்பவம், நிகழ்காலத்தில் நிகழ்ந்து கொண்டிருப்பதைப் போல, அச்சம்பவம் மீண்டும் காட்சியளிக்கின்றது.

கால்வாய் ஓரம் உள்ள அந்தக் குச்சு வீட்டிலிருந்து மானாமதுரை மண் கலயத்தை இடுப்பில வைத்தபடி, இடது கையில்

சும்மாடு சுற்றிக் கொள்ள ஒரு துண்டுன், அடுப்பெரித்த சாம்பல் கொஞ்சம் அத்துடன் தேய்த்துக் கழுவ தேங்காய் மஞ்சியையும் எடுத்துக் கொண்டு,

மஞ்சள் பூசிய முகமும், மருதாணிப் போட்ட கையும், கால்களுமாக மேக வண்ணம் குடிக்க தண்ணீர் எடுக்க மண் குடத்துடன் கிளம்புகின்றது. கால்நடைகள் மேய்ச்சலுக்காக கடந்து சென்ற வழியில் முக்கிப் பெய்த மூத்திர ஈரங்களுடன், ஒவட்டு மண்ணாலான ஒற்றையடிப் பாதையில், மேகவண்ணம் மெதுவாக பாதங்களுக்குக் கீழே, பசக் பசக் என மிதித்தபடி, நடக்கத் துவங்குகின்றது. மேய்சல் இனங்களின் கால்குலம்படித்ததடங்கள், பாதை முழுவதும் பதிந்து கிடக்க, பயிற்றை மேய்த்து பச்சை பச்சையாகக் கழிந்து பரவலாக சிந்திக் கிடக்கும் பசுமாடுகளின் சாணிகளும்.

அசப்போட்டு முழுங்கிய ஆட்டாங் கொட்டைகள், புழுக்கைகளுடன் பிசைந்து புழுதியில் புரண்டு கிடப்பதும் கால்களை

அகட்டி வடித்த காவிரி போன்ற புனிதமான கோமேயத்துடன் நின்று நிதானமாக டிப்பர் லாரிகள் இறக்கிய மணற்குன்றுகள் போல, சிறிய அளவில் குட்டுக் குட்டாக மடங்கிய புற்கள் நிமிராதபடி பொருமையாகப் போட்ட, எருமை மாடுகளின் சாணங்களும், பாதைக்கு பக்கம் இரண்டிலும், பருத்து நன்கு கனத்து கருப்பு நிறப் பட்டைகளுடன் வருடங்கள் பலவற்றைக் கடந்து வயிரம் பாய்ந்த சீமைக் கருவை அல்லாத நன்றாக வளர்ந்த நாட்டுக் கருவை மரங்களின் இருபுற வாதுகள் அனைத்தும் வழியின் மேற்புரத்தை வானம் தெரியாத அளவிற்கு கூரைபோல பின்னிக் கொண்டு நீண்ட தொலைவிற்கு, நிகழ்களை நிறைவாக அப்பிக் கொள்ள சூரியன் ஒளிக்கதிர்கள். அதில் சூழ்ச்சியாக இறங்கும்போது, பாதையிலிருந்து அன்னார்ந்து பார்த்தால், பகலிலே பச்சை மேகத்திற்குள், நட்சத் திரங்கள் தூவிக்கிடப்பது போல, நாலாபுரமும் தெரிகின்றது.

பச்சைக் காய்களெனவும், பாதி பழுத்த பழங்களெனவும், உதிர்ந்து கொட்டும் வேலிக்கருவை பூக்களோடும் இலைகளோடும் உறவு கொண்டாடிக் கொண்டு உச்சியிலே தொங்குகின்றது ஊனாங்கொடிகள்.

ஒருசில இடங்களில் காய்ந்த கொடியுடனும், காயாத கொடியுடனும் பச்சைப் பீர்க்கங் காய்களும் பட்டுப்போன பீர்க்கங்காய்களும் தலைக்கு மேலே தள்ளித் தள்ளி தொடர்ச்சியாகத் தொங்குகின்றன.

கிளியின் அலகுகொய்த, கொவ்வாப் பழமும், கொய்யாத கொவ்வாக் காயும், இலைகளுக்கு நடுவே இருப்பதே தெரியாமல் வளை வளையாக வஞ்சகமின்றி வேலிக் கருவை மரத்தின் நெற்றியில், வெள்ளியிலே பச்சைக் கற்களும், பவளக் கற்களும் பதித்துச் செய்த மாட்டல்களை மாட்டிவிட்டது போல தொங்கு கின்றன.

இக்குக் கிராமத்தில் இறைவன் எழுதிய இந்த இயற்கைக் கவிதையைக்

கடந்து நடந்துவந்த மேகவண்ணத்தின் கால்கள், நாவற் மரத்தூரடி நிழலில் சற்று நின்று பொருக்க, உதிர்ந்து கிடக்கும் உலர்ந்த பழங்களை ஊதி, அமைதி முகம் கொண்ட அந்த அழகான தேவதையின் நாவினிக்க நடை தொடருகின்றது.

கல்லுகளை வைத்து கட்டாமல், சாய்வாக இருக்கும் சரளை மண் தரையை கரைகளாகக் கொண்டு ஒரு மாமாங்கத்தின் கதையைக் கூற தேனாகத் தண்ணீர் இனிக்கும், ஒரு தேமக் கூரணி என்ற குடி தண்ணீர் குளம்.

குளத்தின் கரையின் அடுப்புச் சாம்பலை வைத்து, கலயத்தை தேங்காய் மஞ்சியால் தேய்த்துக் கழுவிவிட்டு, கலயத்தின் தூர்ப் பகுதியை வைத்து, கலங்கிய நீரை விலக்கியபடியே தெளிவான தண்ணீரை தூக்கிக் கொண்டு ஊரணிக் கரைக்கு மேலே மேகவண்ணம் வந்ததும், தூரத்தில் ஒரு மோட்டார் சைக்கிளின் சப்தம் கேட்கின்றது.

அரச மரத்தடிப் பிள்ளையார் கோவில் பக்கத்தில், தண்ணீர் குடத்தை வைத்துவிட்டு, சிறுநீர் கழிப்பதற்காக சற்று ஒதுக்குப் புறமாக ஒதுங்கையில், மோட்டார் சைக்களின் சத்தம் வர, வர அருகாமையில் கேட்பதைப் போல் இருக்கின்றது.

ராயல் என்பீல்டு புல்லட்டில் வந்த மீசைக்காரர், மோட்டார் சைக்கிளை ஊரணிக் கரையில் நிறுத்திவிட்டு, அரச மரத்தடி பிள்ளையார் கோவில் பக்கத்திலே, மேகவண்ணம் வைத்துவிட்டுப் போன மண்குடத்துப் பக்கத்திலே வந்து நிற்கின்றார்.

சிறுநீர் கழிக்கச் சென்ற மேக வண்ணம், மறைவிலிருந்து வெளியே வர, மண்குடத்துப் பக்கமாக நின்ற மீசைக்காரர், பதட்டத்துடன், நிறுத்தியுள்ள மோட்டார் சைக்கிள் பக்கம் வந்து வண்டியை எடுத்து வந்த வழியே ஊருக்குள் திரும்புகின்றான்.

தண்ணீரை தலைச்சுமையாக தூக்கிக் கொண்டு வந்த மேகவண்ணம், வீட்டிற் குள் நுழைந்ததும், ஊருக்குள் வந்த மீசைக்காரரின் புல்லட், பதினெட்டு வயது நிறைந்துள்ள பலூன்காரனின் வீட்டு வாசலில் வந்து நிற்கின்றது.

மண்குடத்தை இறக்கிவைத்ததும், மேகவண்ணம்! நடந்து வந்த தாகத்தில், தண்ணீரை அங்குள்ள உள்புரம் ஈயம் பூசியுள்ள பித்தளை போகணியால், இரண்டொரு முறை எடுத்தெடுத்து குடிக் கின்றது.

குடித்துவவிட்டு போகணியை தரையில் வைப்பதற்குள், வாசலில் நின்ற வண்டியிலிருந்து மீசைக்காரர் இறங்கி, குணிந்தபடியே குச்சிற்குள் நுழைகின்றார்.

நுழைந்த மீசைக்காரர் மேகவண்ணத் திடம், எங்கெ அவென் இல்லயா? எந்தெ ஊரு திருவுலாவுக்கு யாவாரத்துக்குப் போயிருக்கான் எனக் கேட்டுக் கொண்டே, மேக வண்ணத்திடமிருந்து பதில்

வருமுன்னே, சரி சரி, கொஞ்சம் குடிக்கத் தண்ணி கொடு என, குடுக்கும்போதே மேகவண்ணத்தின் கைவிரல்களில், இவர் கைபடும்படி வாங்குகின்றார். தைரியமாக நம்பி, தாகத்திற்கு தண்ணீர் கொடுத்த மேக வண்ணத்திற்கு, தடதடவென மனது தடுமாற்றத்துடன், பேச்சும் சற்று தனிவான குரலாகிறது.

வாங்கிய தண்ணீரை குடிக்காமல், வைத்துவிட்டு, அவென் ஒழுங்கான மொறயில வட்டியக் கட்டல, வட்டிப்பாக்கி சேந்துக்கிட்டே போகுது தெரியுமுல? என்கின்றார் மீசைக்காரர்.

தந்துருமுங்க அய்யா! இப்ப அது போயிருக்க ஊரு. பெரிய ஊரு. வொங்க கடனத் தந்துடனுமுனு சொல்லிக்கிட்டு இருந்துச் சுங்கய்யா.

இரண்டு நொடி இருவரும் மௌனம்.

வேற ஒண்ணுமில்ல! அது ஓட்டிக்கிட்டு இருந்த, அது அப்பெமிட்டு சைக்கிளு

ரொம்ப பழசாப் போயி, அடிக்கடி வேல வெச்சுக்கிட்டு இருக்குனு, போன மாசந் தேன் ஒரு புதுக் சைக்களு வாங்குச்சு. யாவாரம் முடுஞ்சு இன்னெக்குச் சாங்காலம் வந்துருமிங்கையா என்கின்றது மேக வண்ணம்.

வாங்கிய தண்ணீரை, இன்னும் குடிக்காமல் வைத்தபடி, மேக வண்ணத்தைப் பாத்து மீசைக்காரர், சைக்கிள மிதிச்சு கஷ்ட்டப்பட்டுக்கிட்டுக் கெடக்குறதுக்கு, நீ சம்மதிச்சா! – இப்ப புதுசா விட்டுருக்குற ரெண்டு சக்கர மோட்டார் வண்டியான, ‘சுவேகா’ வாங்கித்தர்றேன். நீ வொன்னும் பணந்தர வேணாம் என்கின்றார்.

இதைக் கேட்ட மேகவண்ணத்திற்கு, சட்டென முகம் சுருங்கி, வந்த கோபத்தை அடக்கிக் கொண்டு, இல்லங்கைய்யா அதெல்லாம் வேண்டாம் என்கின்றது.

பேசிக்கொண்டே இருந்த மீசைக் காரர், எதிர்பாராத விதமாக, மேக வண்ணம்

திடுக்கிடும் அளவிற்கு மெதுவாக அதன் தோளில் கையை வைக்கின்றார்.

சங்கடத்துடன் விலகி, அய்யா..., அது வொங்கல ஒரு ஊருப் பெரிய மனுசன், அவரு அப்பன், தாத்தன் காலத்துல இருந்து, நெறய அப்பொப்ப வட்டி வாசிக்குப் பணம் தந்து வொதவியிருக்காரு, அவரு கடவுளு மாதிரி, அப்புமனு வொங்களப் பத்தி அது சொல்லிக்கிட்டே இருக்கும் எனச் சொல்லிவிட்டு, இதெல்லாம் வேண்டாம். இந்தப் பாவத்துக்கு ஆளாகாதீங்க. நா வொங்க மகெ மாதிரி அய்யா என்கின்றது மேகவண்ணம்.

நினைத்து கை கூடவில்லையென, கோபமாக மீசைக்காரர்! பாவம் புண்ணியம் பாக்குற சாதிக்குப் பொறந்தவனா நா? மகளாமுல மகெ, மகளாவது மண்ணாவது.

ஊருல வொன்னப் போல உள்ள வளுகல்லாம், மகெ, அக்கா, தங்கச்சீனு ஒறவு மொற கொண்டாட ஆரம்பிச்சா...

அப்புறம் வெள்ள வேட்டியக் கட்டிக் கிட்டு மனுசனாத் திரியுர நாங்கெல்லாம், வெள்ளக் கல்லுத் தூணுலயா? போயி முட்டிக்கிறது என கோபமாக. தண்ணிப் பானக்குல நாம் போட்ட மயக்க மருந்து, இன்னமுமா வேல செய்யல? – என மேக வண்ணத்தைப் பார்த்து மீசைக்காரர் கேட்டதும்.

ஆச்சர்யத்துடன் அதிர்ச்சியடையும் போதே, மேகவண்ணத்திற்கு மெதுவாக தலைச் சுற்றச் சுற்ற, தரையில் விழுமுன்னே தாங்கிப் பிடித்துக் கொள்கின்றார் மீசைக்காரர்.

சாத்தப்பட்ட கதவு, சற்று நேரம் கழித்து திறக்கப்படுகின்றது. வீட்டிற்குள் இருந்து வெளியே வந்த மீசைக்காரர் தனது மோட்டார் சைக்கிளை எடுத்துக் கொண்டு, அவருடைய வீடு இருக்கும் பகுதிக்குள் சென்று விடுகின்றார்.

முக்கால் மணி நேரம் கழித்து, முழித்துப் பார்த்த மேகவண்ணம், கலங்கப் பட்டிருப்பதை உணர்ந்தும், மௌத்தின் மடை உடைந்து, மட மடவென கண்களின் வழியே கண்ணீராய்த் ததும்பி வழிகின்றது. பள்ளியில் படித்ததின் ஞாபகார்த்திற்காக வைத்துள்ள, பழைய நீளமான ஒன்குயர் கட்டுரை நோட்டை, பெட்டியிலிருந்து எடுத்து, அதிலிருந்து நான்கு தாள்களைக் கிழித்துக் கொண்ட மேகவண்ணம். அந்தத் தகரப் பெட்டிக்குள் தேடிப் பார்க்கின்றது. தென்படவில்லை பேனா ஏதும்.

குச்சியை உரசி, எரியும் தீயினை அணைத்து, அணைந்த தீக்குச்சியை வைத்தே அழுதபடி மேற்கூறிய துயரமான சம்பவத்தை கிழித்த தாள்களில் எழுதுகின்றது. தீப்பெட்டிக்குள் இருந்த தீக்குச்சிகள் எல்லாம் தீர்ந்து போகின்ற அளவிற்கு கடிதம். குச்சியை உரசி தீயணைத்து, குச்சியை உரசி தீயணைத்து என ஒரு தீப்பெட்டியே காலியாகி விடுகின்றன.

அன்று மாலை நேரம் வெயில் மறைந்து மங்கலாவதற்கு முன்னமே, குடமுருட்டிக்குள் நுழைகின்றது, பலூன் காரனுடைய வண்டி, வியாபாரப் பொருள்களை அட்டைப் பெட்டிகளுக்குள் வைத்து, சைக்கிள் கேரியரில் அடுக்கிக் கட்டியபடி, வீட்டு வாசலில் வந்து நின்ற சைக்கிளில், எப்பொழுதும் போல, ஏக்கம் நிறைந்த எதிர்பார்ப்புடன், தூக்கத்தைத் தொலைத்துவிட்டு துணையைத் தேடிவரும் பறவையைப் போல பலூன்காரன்.

பெட்டிகளை இறக்குவதற்குள், கட்டியிருக்கும் நூல்கயிறை அவிழ்துக் கொண்டே மேகவண்ணம்... மேக வண்ணம்... அன்பு கலந்த தோணியில், ஆண் குயிலைப் போல அழைப்பு மட்டும் அதிகரிக்கின்றது.

ஆனால், கூட்டைவிட்டு வாராத பெண் குயில்போல, வீட்டை விட்டு ஆள் வெளியே வந்தபாடில்லை. சாத்தப்பட்ட கதவுக்குள்ளே சரித்திரம் விழித்திருப்பதைப்

பொருந்திருந்து பார்ப்பதற்கு, பொருமை ஏது எனக்கு! – எனெ.

பொருமை இழந்த பலூன்காரன் பதட்டத்துடன் கதவுகளை கையாளே எக்கித் திறந்தபின், கண்ணெதிரே! அம்மியில் அரைத்துச் சாப்பிட்ட அரளி விதைகளுடன், தீயணைத்ததீப்பெட்டிக்குச்சிகள்பரவளாகக் கிடக்கின்றன.

பக்கத்திலேயே நான்கு தாள்களில் எழுதிய கடிதத்தை நான்காக மடித்து, கடிதத்தை கையில் பிடித்தபடி, கண்களை மூடித் தூங்கும் மேகவண்ணம், தான் விண்ணுக்குச் சென்ற விசயத்தை விழிகளைத் திறக்காமல் கூறுகின்றது.

நெஞ்சிலும், நெற்றியிலும் மாறி, மாறி அடித்துக் கொண்டு, மண்டைக்குள் பரு வந்த மாட்டைப்போல, கண்ட இடத்திலெல்லாம் முட்டிக்கொண்டு, கதறி, கதறி அழுகின்றான் பலுன்காரன். நாளு சொவத்துள்குள்ள, நாம புறாவா இருந்தப்போ, நரியாப் புகுந்தது யாரடி, நாயாக கதறுறேன் பாரடி!

– என ஆர்ப்பாட்டமாக அழுது புலம்பிய பலூன்காரன், வாயைப் பொத்திக் கொண்டு குமுறிக் குமுறி அழுதபடி மேகவண்ணம் கையில் வைத்திருக்கும் கடிதத்தை எடுத்து பிரித்துப் படிக்கின்றான்.

நடந்த கொடுமைகள் அனைத்தும் நன்றாக பதிவு செய்யப்பட்டிருக்கின்றது, பாசத்திற்குரிய கடித்திலே.

எப்பொழுதுமே அப்ராணியாகவும், அமைதியாவும் சுபாவத்தைக் கொண்ட பலூன்காரனுக்கு கடிதத்தைப் படித்து, இதற்குக் காரணம் யார் எனத் தெரிந்ததும் அவன் கண்கள் சிவக்கவில்லை. கை, கால்கள் விறைக்கவில்லை. தன் சரீரமே ஒடுங்க, கூனிக் குருகி, ஒரு குழந்தையைப் போல, மேகவண்ணத்தை அவன் மடியிலே, படுக்கவைத்து, வாடிய முகத்தை வருடியபடியே.

ஏ அப்பெனும், ஆத்தாவும் கஷ்டப்பட்டு கடசியில என்னெய அனாதயா ஆக்கிட்டுப் போனத நெனச்சுத்தேன், பொழப்புக்குப்

போற எடத்துக்கெல்லாம் வொன்னயப் பழக்கப்படுத்தி, போட்டு இழுக்கப்புடாதுன்னு இருந்தேன் தங்கம்! - என தனிவான குரலில் தளதளத்து, கண்ணீரில் குளிப்பதற்காக கவலை பூங்கொத்தாகப் புறப்பட்டு வரும் போது! - பலூன்காரன் பாடுகின்றான் ஒப்பாரி.

தாயின் கருவறைக்குள் இருந்த பத்துமாசம் மட்டும் எனெக்கு இருட்டு இல்ல, ஏ பத்தினி நீ என்னெய விட்டுட்டுப் போனதால இனி ஏ நித்த வாழ்க்கயில பகலே இல்ல! - என ஆரம்பித்து

கரும்புத் தோட்டமாகக் கட்டியணச்சு
நாம எரவு பக இனுச்சிருந்தோம்!

எரும்புக் கூட்டமும் வந்ததெப்போ,
நீ எந்திரிச்சுச் சொல்லுபுள்ள!

கொத்து மஞ்சளா வொன்னப் பொத்தி வெச்சு,

வோம் முத்த ஈரத்தெ சொத்தாச் சேத்தேன்!

மொத்த வாழ்க்கயே தாய் மடியா,
வோம் முந்தி நெழலுல நாஞ்சாய!

என்னெவொனக்குதத்துக்கொடுத்தது யாருபுள்ள,
தங்கப் பதுமயே நீ கொஞ்சம் கூறுபுள்ள!

ஒப்பாரி முடிந்ததும் மூடப்படுகின்றது கதவு.

நீண்ட மௌனம் நீடிக்கின்றது.

நீடித்த மௌனம் கலைவதற்கு, ஒரு மண்வெட்டியின் சப்தம், பூமியைப் புதை குழியாக்கிக் கொண்டிருப்பது, சாத்தியிருக்கும் கதவுக்கு வெளியே, காதுகொடுத்துக் கேட்பதற்கு யாரும் இல்லை அங்கே,

சூரியன் அஸ்தமித்து, பொழுது முடியப் புறப்பட்ட நிலவு. ஞாபகத்திற்காக மேகவண்ணத்தின், கட்டுரை நோட்டுடன். பண்டம், பாத்திரத்தைக் கட்டியுள்ள

ஒரு சாக்கு மூட்டையையும் பாதியிலே அவிழ்ந்தபடி நிற்கும் சைக்கிலில் மீண்டும் ஒரு சுமையாகக் கட்டிக்கொண்டு நிலவின் வெளிச்சத்தில் நிதானமாக வெளியேறுகின்றது. பலூன்காரன் சைக்கிள் குடமுருட்டி என்ற குக்கிராமத்தை விட்டு.

(மேற்கூரிய சம்பவங்கள் அனைத்தும் நம் கண்முன்னே காட்சிகளாகி மறையும் போது)

மதியிடம் கையை நீட்டிக் கதைச் சொன்ன பலூன்காரர் குமுறி, குமுறி அழுத படியே, அவ செத்து மடிஞ்சிருக்கும் எடத்துல செடிகளா மொளச்சாக்கோட!

ஆடு, மாடு மேயாத ஆனாஞ்செடியா மொளச்சு, காண வந்த எனெக்கு இன்னமும் இனிக்க பழமாப் பழுத்துக் குலுங்குறாளே ஏ மேகவண்ணம்! – என தலையில் அடித்துக் கொண்டு மதியிடம் அழுகின்றார் பலூன்காரர்.

பலூன்காரர் அழுததைப் பார்த்த மதி, இவனும் அவருடன் சேர்ந்து கதறி அழுகின்றான். அழுதுகொண்டே நா இருக்கேன் தாத்தா... நா இருக்கேன் தாத்தா... என, வொனக்கு இனிமே யாரும் இல்லையினு சொல்லாத தாத்தா... நீ செத்தன்னக்குத் தல செரச்சுக்கவோம் புள்ள மாதிரி என்னெய நெனச்சுக்க என்கிறான்.

ஜிமிக்கியும் தன் எஜமான் கதறி அழும்போது, அவருக்கு எதிரே நின்று அவர் முகத்தைப் பார்த்தபடியே கீச்சென கூச்சல் போட்டு பதறுகின்றது. பகல் முடிந்து சூரியன் அஸ்தமம் ஆகும்போது, நிலவு நிதானமாக வர உலாவென, ஒலி ஊருக்குள் ஊடுருவும் நிகப்தத்தில், பலூன்காரர் கையைப் பற்றிக் கொள்ள மதி, ஜிமிக்கியை தோளில் தூக்கிச் சுமந்தபடி, தொடர்ந்த இவர்களுடைய நடை, குடமுருட்டிக் குக்கிராமத்தை விட்டு வெளியேறுகிறது.

மீண்டும் அய்யாவூர் புகைவண்டி நிலையம், மாத்தூருக்கு டிக்கெட் வாங்கிக் கொண்டு காத்திருக்கின்றனர்.

உரியநேரத்தில் வந்த புகைவண்டியில் ஏறி அமருகின்றனர். அமர்ந்ததும் மதி பலூன்காரரிடம் தயங்கி தயங்கி ஏதோ கேட்க முயலுகின்றான்.

மதியின் முகத்தைப் பார்த்த பலூன்காரர் என்னப்பா மதி ஏதோ கேக்க நெனக்கிறமாதிரி தெரியுதே, என்ன? – என்கின்றார்.

மதி பலூன்காரரைப் பார்த்து, இல்ல இல்ல என்று இருக்கும்போது, என்னெய்யா சும்மா கேளு என்கின்றார் பலூன்காரர்.

மதி உடனே பலூன்காரரிடம், உணர்ச்சிவசமாக சற்று கோபத்துடன், ஆமா தாத்தா, ஏ அந்த மோசனமான ஆள சும்மா விட்டுட்டீங்க என்று கேட்டதோடு மட்டுமல்லாமல், அந்த ஆள கொன்னுருக்க வேண்டாமா? – என்பது அப்பொழுது ஒரு

உரிமைகலந்த குரலாக, மதியின் குரல் ஒலிக்கின்றது.

இந்த ஊருக்குள்ள வொங்களுக்கு ஞாயம் சொல்ல நாளுபேரு இல்லயா தாத்தா? – என்கின்றான்.

முப்பது வருடத்திற்கு முன்பு மேகவண்ணம், நான்கு தாள்கலில் எழுதி நான்காக மடித்த அந்த கடிதத்தை, புகைவண்டியில பயணம் செய்யும் பலூன் காரர் மதி கேட்ட கேள்விக்காக, தன் அணிந்திருக்கும் கதர் சட்டை பையிலிருந்து கையை விட்டு அதை எடுக்கின்றார்.

எடுத்த விரித்த கடிதங்களில் நடந்த கொடூரச் சம்பவம் எழுதிய மூன்று தாள்களைத் தவிர கடைசியாக உள்ள நான்காவது தாளில், பின் குறிப்பு: என எழுதியுள்ளது.

அந்த பின் குறிப்பை பலூன்காரர் மதியிடம் படித்துக் காண்பிக்கும்போது, பலூன்காரர் கண்களுக்கு கடிதம் முழுவதிலும் மேக வண்ணத்தின் முகம், அழுதுகொண்டே

மெதுவாக பேசுவதுபோலத் தெரிந்தது! மேகவண்ணத்தின் குரல் ஒலி, அக்கடித வரிகள் முழுவதும் ஒலிக்கின்றது.

அக்கடிதத்தில் உள்ள பின்குறிப்பு:

நீ யார சாமி! சாமி! பெரிய மனுசன்... பெரிய மனுசன்னு நெனச்சியோ, அவென் சந்தோசமா இருந்த நம் வாழ்க்கயில, எனக்கு எமனா வந்துட்டான்.

ஏ ஆத்தா நடவடிக்கை கரிசயில்லாம, ஏ அப்பென் உசுரே போச்சு. அறியாத வயசுல நா அனாதயா நின்னப்போ ஏ கையப் புடுச்சுக்கிட்டு ஏ கண்ணீரத் தொடச்சியே.

எனெக்கு ஆத்தாவா, அப்பெனா, புருசனா வொன்னோட வாழ்ந்ததுல ஒரு நாள நெனச்சாக் கோட கலங்கப்பட்டவளா காலமும் இந்த உசுர வெச்சுக்கிட்டு ஒரு பொழுதுகோட வொன்னோட இருக்க முடியாது என்னால. என்னெய மன்னிச்சுக்க... என்னெய மன்னிச்சுக்க..

அந்த அநாகரிகமான மிருகஞ் செஞ்ச கொடூரச்செயல.ஏமேலவொனக்குநெசமாப் பாசம் இருந்து, ஏ புனிதமான ஆன்மா புண்படக் கூடாதுன்னா... யாருக்கிட்டயுஞ் சொல்லி நாயம் கேக்காத.

இந்த குடமுருட்டிக் கிராமத்துல, கொல்லுக் கொலக்கு அஞ்சாத அந்த சாதிக்காரங்கக்கிட்ட மல்லுக்கட்டி யாரும் மாலமுடியாது.

மாசுபட்ட மனுசங்களோட வாழ்க்க யெல்லாம் பூமிமேல புழுதியாப் பறந்து, வெட்ட வெளியெல்லாம் வெக்கயா மாறும் போது,

எங்கெயோ பொறப்பட்டு எங்கெயோ முடியுற ஆழமான நதியா ஏ அன்பு வொன்னோட எப்பவுமே கலந்திருக்கெ.

அந்த ஆழமான நதிக்குக் கீழ, அமைதியா பாசியே படியாத ஒரு சின்னக் கூலாங்கல்லாவோம் பயணத்த அமைதியா தொடங்குவியா? ஏஞ்சாமி என்று கடிதம் நிறைவடைகின்றது.

மதி கேட்ட கேள்விக்கு பலூன்காரர் கடிதத்தைப் படித்து காண்பித்துவிட்டு அதை மடித்து சட்டைப் பையில் வைத்தபடியே.

தரமான மனுசன்னு, சமுதாயத்துல எவென் தலய நிமித்திக்கிட்டு தோள்ல போட்ட துண்டோட வெளியில வெள்ள வீசிக்கிட்டுத் திரியுறானோ, அவெனப்பத்தி, ஊருக்குள்ள தனியா வாழ்ற பொம்பளங்கக்கிட்ட போயிக் கேட்டாத்தேன் உள்ளது வெளியில வரும்.

இதுக்கு ஏ வாழ்க்கயே ஒரு எடுத்துக்காட்டு மதி என்கின்றார்.

பேசிக் கொண்டிருக்கும் போதே மதிக்கு தூக்கம் வந்துவிட தூங்குமதி தூங்கு மதி... எனப் பலூன்காரரும் தலை சாய்க்க, பலூன்காரர் பக்கத்திலே ஜிமிக்கியும் விழித்தபடியே உட்கார்ந்திருக்கின்றது.

புகையைக் கக்கிடும் புகைவண்டி பல நிலையங்களைக் கடந்து சிகப்பு, பச்சை விளக்குகளுக்கு ஏற்றாற்போல, சீராகப் பயணித்துக் கொண்டிருக்கின்றது. அந்த இரவுப் பொழுதில்....